ನೂರಾರು ಕನಸು ಚೂರಾದ ಮನಸು

ಕವನ ಸಂಕಲನ

ಡಾ. ಚಂದ್ರಶೇಖರ ಚನ್ನಾಪುರ ಹಾಲಪ್ಪ

pencil

ISBN 978-93-5667-084-6
© Kavana Sankalana 2022
Published in India 2022 by Pencil

Contributors:
Editor: Dr. Chandrashekhar .C.H

A brand of
One Point Six Technologies Pvt. Ltd.
123, Building J2, Shram Seva Premises,
Wadala Truck Terminal, Wadala (E)
Mumbai 400037, Maharashtra, INDIA
E connect@thepencilapp.com
W www.thepencilapp.com

All rights reserved worldwide

No part of this publication may be reproduced, stored in or introduced into a retrieval system, or transmitted, in any form, or by any means (electronic, mechanical, photocopying, recording or otherwise), without the prior written permission of the Publisher. Any person who commits an unauthorized act in relation to this publication can be liable to criminal prosecution and civil claims for damages.

DISCLAIMER: *The opinions expressed in this book are those of the authors and do not purport to reflect the views of the Publisher.*

Author biography

ಡಾ. ಚಂದ್ರಶೇಖರ ಚನ್ನಾಪುರ ಹಾಲಪ್ಪರವರುದಿನಾಂಕ 25-12-1982 ರಂದು ಕಡೂರು ತಾಲ್ಲೂಕಿನ ಚನ್ನಾಪುರ ಗ್ರಾಮದಲ್ಲಿ, ಹಾಲಪ್ಪ ಮತ್ತು ತಾಯಮ್ಮ ಇವರ ಪುತ್ರನಾಗಿ ಜನಿಸಿರುತ್ತಾರೆ. ಇವರು ಸಾಹಿತ್ಯ ಕ್ಷೇತ್ರದಲ್ಲಿ, 2016 ನೇ ಇಸವಿಯಿಂದ ಕವನಗಳು, ಕಾದಂಬರಿ, ಕಥಾ ಸಂಕಲನ, ವಚನ ಸಂಕಲನ ಮತ್ತು ವ್ಯಕ್ತಿತ್ವ ವಿಕಾಸನಕ್ಕೆ ಸಂಬಂಧಿಸಿದ ಪುಸ್ತಕ ಬರೆಯುವುದರಲ್ಲಿ ತಮ್ಮ ಬಿಡುವಿನ ಸಮಯವನ್ನು

ವಿನಿಯೋಗಿಸುತ್ತಿದ್ದಾರೆ.ಇವರು ಪ್ರೌಢಶಿಕ್ಷಣ ಕಡೂರಿನಲ್ಲಿ ಸಹ್ಯಾದ್ರಿ ವಿಜ್ಞಾನ ಕಾಲೇಜು ಶಿವಮೊಗ್ಗದಲ್ಲಿ ಬಿ.ಎಸ್ಸಿ ಪದವಿ, ಕುವೆಂಪು ವಿಶ್ವವಿದ್ಯಾನಿಲಯದಲ್ಲಿ ಸ್ನಾತಕೋತ್ತರ ಪದವಿ ಮತ್ತು ರಸಾಯನಶಾಸ್ತ್ರ ವಿಷಯದಲ್ಲಿ ಡಾಕ್ಟರೇಟ್ ಪದವಿ ಪಡೆದಿರುತ್ತಾರೆ ಹಾಗೂ ಭಾರತೀಯ ವಿಜ್ಞಾನ ಸಂಸ್ಥೆ, ಬೆಂಗಳೂರು ದಕ್ಷಿಣ ಕೊರಿಯದ ವಿಶ್ವವಿದ್ಯಾನಿಲಯ ಮತ್ತು ಸಾಬಿಕ್ ಇನ್ನೋವೆಟಿವ್ ಪ್ಲಾಸ್ಟಿಕ್ಸ್, ಬೆಂಗಳೂರು,ಗಳಲ್ಲಿ ತಮ್ಮ ಪೋಸ್ಟ್ ಡಾಕ್ಟೊರೆಲ್ ಸಂಶೋಧನೆ ಕೈಗೊಂಡಿರುತ್ತಾರೆ. ಪ್ರಸ್ತುತ ಕಡೂರಿನ ಸ್ನಾತಕೊತ್ತರ ಕೇಂದ್ರ ಕುವೆಂಪು ವಿಶ್ವವಿದ್ಯಾನಿಲಯದಲ್ಲಿ ಅತಿಥಿ ಉಪನ್ಯಾಸಕರಾಗಿ ಕಾರ್ಯ ನಿರ್ವಹಿಸುತ್ತಿದ್ದಾರೆ. ಇವರು ಕನ್ನಡ ಸಾಹಿತ್ಯ ಕ್ಷೇತ್ರದಲ್ಲಿ ಕವಿ. ಲೇಖಕರು ಹಾಗು ಸಿನಿಮಾ ಸಾಹಿತಿಗಳಾಗಿ ಗುರುತಿಸಿಕೊಳ್ಳುವ ನಿಟ್ಟಿನಲ್ಲಿ ಪಯಣ ಸಾಗಿದೆ ಹಾಗೂ ಇವರು ಬರೆದ ಮೊಟ್ಟ ಮೊದಲ **"ಹೇ ಹೃದಯ ನೀನು"** ಎಂಬ ಗೀತೆಯನ್ನು ದೃಷ್ಟಿ ಕ್ರಿಯೇಷನ್ ಸಂಸ್ಥೆಯವರು ರೆಕಾರ್ಡ್ ಮಾಡಿ **Youtube**ನಲ್ಲಿ ಬಿಡುಗಡೆಗೊಂಡಿರುತ್ತದೆ.ಇವರ ಮೊದಲನೆಯ ಕವನ ಸಂಕಲನ **"ನೂರಾರು ಕನಸು ಚೂರಾದ ಮನಸು"** ಬಿಡುಗಡೆಗೊಳ್ಳುತ್ತಿದೆ .

CONTENTS

Epigraph

ಅರ್ಪಣೆ

ನನ್ನ ತಾಯಿಯವರಾದ ತಾಯಮ್ಮನಿಗೆ,

ಪ್ರೀತಿಯಲ್ಲಿ ಬೆಳೆಸಿ

ಜೀವನವ ಕಲಿಸಿ

ಕಣ್ಣೀರ ಒರೆಸಿ

ದಾರಿಯ ತೋರಿದ **ಮಾತೃಶ್ರೀ.**

It is because we fear death so much for ourselves thatwe shed tears over the death of others

Mahtma Gandhi

Start each day by affirming peaceful, contented and happy attitudes and your day will tend to be pleasant and successful.

Norman Vincent Peale

Why? Why not? Why not you? Why not now?
Aslan

The greatest glory lies not in ever falling, but in rising every time we fall.

Nelson Mandela

Foreword

ಮುನ್ನುಡಿ

ಸೂಕ್ಷ್ಮ ಸಂವೇದನೆಯ ವ್ಯಕ್ತಿತ್ವವುಳ್ಳವರು ಸದಾ ತಮ್ಮ ಸುತ್ತಲಿನ ಪರಿಸರ, ಪ್ರಕೃತಿ, ವ್ಯಕ್ತಿ, ವ್ಯಕ್ತಿತ್ವ ಹೀಗೆ ಎಲ್ಲವನ್ನೂ ತೆರೆದ ಮನಸ್ಸಿನಿಂದ ಗಮನಿಸಿ ಆಸ್ವಾದಿಸುವವರಾಗಿರುತ್ತಾರೆ. ಇಂತಹ ಸೃಜನಶೀಲ ಮನಸ್ಸು ತನ್ನರಿವಿಗೆ ಬಂದ ಸಕಾರಾತ್ಮಕ ವಿಷಯಗಳನ್ನು ಬರವಣಿಗೆಯಲ್ಲಿ ದಾಖಲಿಸಿದಾಗ ಅದೊಂದು ಅದ್ಭುತ ಕಥೆ, ಕವನ, ಹಾಗೂ ಕಾವ್ಯರೂಪದಲ್ಲಿ ಓದುಗರಿಗೆ ಸಿಗುತ್ತದೆ. ಜಂಗಮವಾಣಿ ಮತ್ತು ಗಣಕಯಂತ್ರದಂತಹ ಬಳಕೆಯೊಂದಿಗೆ ಯಾಂತ್ರಿಕ ಜೀವನಕ್ಕೆ ಒಗ್ಗಿ ಹೋಗಿರುವ ಇಂದಿನ ಯುವ ಜನತೆ ಬರವಣಿಗೆಯಿಂದ ಹಿಂದೆ ಸರಿಯುತ್ತಿದ್ದಾರೇನೋ ಎನಿಸದೆ ಇರದು. ಕಲಾ ವಿಷಯವನ್ನು ಅಭ್ಯಾಸ ಮಾಡಿದವರಿಗೆ ಬರವಣಿಗೆ ಅನಿವಾರ್ಯ ಎನಿಸಿದರೆ ವಿಜ್ಞಾನದ ವಿದ್ಯಾರ್ಥಿಗಳಿಗೆ ಸಾಹಿತ್ಯ ಲೇಖನಗಳು ಅಷ್ಟು ಅನಿವಾರ್ಯವಲ್ಲದಿದ್ದರೂ, ಆಸಕ್ತರು ತಮ್ಮ ಅನುಭವ ಮತ್ತು ಭಾವನೆಗಳಿಗೆ ಅಕ್ಷರ ರೂಪ ನೀಡಿದಲ್ಲಿ ಅದೊಂದು ವಿಭಿನ್ನ ರೀತಿಯ ಸಾಹಿತ್ಯವಾಗಿ ಓದುಗರಿಗೆ ರಸದೌತಣ ನೀಡುತ್ತದೆ. ಈ ನಿಟ್ಟಿನಲ್ಲಿ ಆತ್ಮೀಯರಾದ ಡಾ.ಚಂದ್ರಶೇಖರ್ ರವರು ರಚಿಸಿರುವ ಕವನಗಳು ಓದುಗರಿಗೆ ರಂಜನೀಯವಾಗಿ ಕಾಣುತ್ತವೆ. ಅವರ ಎಲ್ಲಾ ಕವನಗಳು ಕವನ ಸಂಕಲನವಾಗಿ ಪುಸ್ತಕ ರೂಪದಲ್ಲಿ ಹೊರಹೊಮ್ಮುತ್ತಿರುವುದು ಪ್ರಶಂಸನೀಯ. ಇವರ ಕವನಗಳಲ್ಲಿ ಗಮನಸೆಳೆಯುವ ಕವನಗಳೆಂದರೆ,

ಮೀನಾದೆ ನಾ, ಕಾಲೇಜು ಜೀವನ ಹಾಗೂ ಗ್ರಂಥಾಲಯವೆಂಬ ಮನೆ ಎಂಬಿತ್ಯಾದಿ ಕವನಗಳು ರಸಾಯನಶಾಸ್ತ್ರದ ಅಧ್ಯಾಪನದೊಂದಿಗೆ ಬರವಣಿಗೆಯಲ್ಲಿ ತಮ್ಮನ್ನು ತೊಡಗಿಸಿಕೊಂಡಿರುವ ಡಾ.ಚಂದ್ರಶೇಖರ್ ರವರು ಇಂದಿನ ಯುವಪೀಳಿಗೆಗೆ ಆದರ್ಶಪ್ರಾಯರಾಗಿದ್ದಾರೆ. ಇವರ ಚೊಚ್ಚಲ ಕವನ ಸಂಕಲನಕ್ಕೆ ಮುನ್ನುಡಿ ಬರೆಯುತ್ತಿರುವುದು ನನಗೆ ಹೆಮ್ಮೆಯ ವಿಷಯ. ಈ ಕೃತಿ ಹೆಚ್ಚಿನ ಅಭಿಮಾನಿ ಬಳಗಕ್ಕೆ ದೊರೆಯಲಿ ಎನ್ನುವ ಆ ಸದಾಶಯಗಳೊಂದಿಗೆ ಇವರಿಗೆ ತುಂಬಾ ಹೃದಯದ ಅಭಿನಂದನೆಗಳು.

ಇಂದ,

ಡಾ. ಎನ್. ರಾಜೇಶ್ವರಿ

ಪ್ರಾಧ್ಯಾಪಕರು

ಸಸ್ಯಶಾಸ್ತ್ರ ಮತ್ತು ಬೀಜತಂತ್ರಜ್ಞಾನ ವಿಭಾಗ

ಸಹ್ಯಾದ್ರಿ ವಿಜ್ಞಾನ ಕಾಲೇಜು,

ಕುವೆಂಪು ವಿಶ್ವವಿದ್ಯಾಲಯ

ಶಿವಮೊಗ್ಗ

Preface

ಲೇಖಕರ ಮೊದಲ ಮಾತು

ನಾನು ಕವನಗಳನ್ನು ಬರೆಯಲು ಶುರು ಮಾಡಿ ಸರಿ ಸುಮಾರು ಮೂರು ವರ್ಷಗಳು ಕಳೆದವು, ನನ್ನ ಬಿಡುವಿನ ಸಮಯದಲ್ಲಿ ನನ್ನ ಮನಸ್ಸಿಗೆ ತೋಚಿದ ವಿಷಯಗಳ ಮೇಲೆ ಕೆಲವು ಸಾಲುಗಳನ್ನು ಕವನಗಳನ್ನಾಗಿ ಬರೆದಿದ್ದೇನೆ. ನಾನು ಸಹ್ಯಾದ್ರಿ ಕಾಲೇಜಿನಲ್ಲಿ ಬಿಎಸ್ಸಿ ಪದವಿ ಓದುತ್ತಿರುವಾಗಲೇ ಕವನಗಳನ್ನು ಬರೆಯುವ ಗೀಳಿತ್ತು, ಆದರೆ ಸರಿಯಾದ ಸಮಯವನ್ನು ಕೊಟ್ಟಿರಲಿಲ್ಲ, ಹಾಗೂ ನನ್ನ ಕವನಗಳು ಆಟೋಗ್ರಾಫ್‌ಗೆ ಮಾತ್ರ ಸೀಮಿತವಾಗಿದ್ದವು. ಮತ್ತೆ ನನಗೆ ಕವನವನ್ನು ಬರೆಯುವ ಉತ್ಸಾಹ ಬಂದಿದ್ದು ೨೦೧೬ ರಿಂದ ಸಹ್ಯಾದ್ರಿ ಕಾಲೇಜಿನಲ್ಲಿ ಅತಿಥಿ ಉಪನ್ಯಾಸನಾಗಿ ಕೆಲಸ ಪ್ರಾರಂಭಿಸಿದಾಗಿನಿಂದ ನನ್ನ ಬಿಡುವಿನ ಸಮಯದಲ್ಲಿ ಕವನ ರಚಿಸುತ್ತಿದ್ದೇನೆ ಹಾಗೂ ನನ್ನ ಕವನದ ಸಾಲುಗಳು ಶುರುವಾಗಿದ್ದು ಮೂರು ಸಾಲುಗಳಿಂದ ಕೆಲವಾರು ದಿನಗಳು ನಾನು ಬರೆಯಲು ಪ್ರಯತ್ನಿಸಿದಾಗ ಸಣ್ಣ ಸಣ್ಣ ಕವನಗಳು ಮೂಡಿದವು. ಆ ಕವನಗಳನ್ನು ನಾನು ಪ್ರಕಟಿಸುತ್ತಿದ್ದೇನೆ. ನನ್ನ ಕವನಗಳನ್ನು ಮರೆತು ಹೋಗುವ ಮುನ್ನ ತೆರೆದು ನೋಡು ಈ ಪುಟವನ್ನು ಎಂಬ ಬರಹದಿಂದ ಪ್ರಕಟಿಸಿ ಸುಮಾರು ೩೦೦೦ ಸರಿ ಪುಟವನ್ನು ವೀಕ್ಷಿಣೆ ಪಡೆಯಲು ಅನುಕೂಲ ಮಾಡಿಕೊಟ್ಟ ಬ್ಲಾಗ್ಗರ್ಸ್.ಕಾಂ ಅವರಿಗೆ ನನ್ನ ಧನ್ಯವಾದಗಳು ಹಾಗೂ ನನ್ನ ಕವನಗಳನ್ನು ಓದಿ ಪ್ರೋತ್ಸಾಹಿಸಿದ ನನ್ನ ಗೆಳೆಯ ಮತ್ತು ಗೆಳತಿಯರಿಗೆ ನಮಸ್ಕಾರಗಳು. ಈ ಕವನಗಳನ್ನು

ಬರೆಯಲು ಪ್ರೋತ್ಸಾಹವನ್ನು ನೀಡಿದ ಸಹ್ಯಾದ್ರಿ ವಿಜ್ಞಾನ ಕಾಲೇಜಿನ ಉಪನ್ಯಾಸಕರುಗಳಿಗೂ ಮತ್ತು ಕಡೂರು ಸ್ನಾತಕೋತ್ತರ ಕೇಂದ್ರದ ಭೋದಕ ಹಾಗೂ ಭೋದಕೇತರ ಸಿಬ್ಬಂಧಿಗಳಿಗೂ ನನ್ನ ಕೃತಜ್ಞತೆಗಳು.

ಇಂತಿ ನಿಮ್ಮ ಪ್ರೀತಿಯ

ಡಾ.ಚಂದ್ರಶೇಖರ ಚನ್ನಾಪುರ ಹಾಲಪ್ಪ

Acknowledgements

ಕೃತಜ್ಞತೆಗಳು

ಈ ಪುಸ್ತಕವನ್ನು ಬರೆಯಲು ಪ್ರೇರಣೆಯಾದ ಎಲ್ಲಾರಿಗೂ ಹಾಗೂ ಬರೆಯಲು ಪ್ರೋತ್ಸಾಹವನ್ನು ನೀಡಿದ ಸಹ್ಯಾದ್ರಿ ವಿಜ್ಞಾನ ಕಾಲೇಜಿನ ಉಪನ್ಯಾಸಕರುಗಳಿಗೂ ಮತ್ತು ಕಡೂರು ಸ್ನಾತಕೋತ್ತರ ಕೇಂದ್ರದ ಭೋದಕ ಹಾಗೂ ಭೋದಕೇತರ ಸಿಬ್ಬಂಧಿಗಳಿಗೂ ನನ್ನ ಗೆಳೆಯ ಗೆಳತಿಯರಿಗೂ, ಹಾಗೂ ಕವನಸಂಕಲನಕ್ಕೆ ಮುನ್ನುಡಿ, ಆಶಯ ನುಡಿ ಬರೆದು ಬೆನ್ನು ತಟ್ಟಿದ ನನ್ನ ಗುರು ಹಿರಿಯರಿಗೂ ನನ್ನ ಕೃತಜ್ಞತೆಗಳು. ನನ್ನ ಕವನಗಳನ್ನು **ಮರೆತು ಹೋಗುವ ಮುನ್ನ ತೆರೆದು ನೋಡು ಈ ಪುಟವನ್ನು**ಎಂಬ ಬರಹದಿಂದ ಪ್ರಕಟಿಸಿ ಸುಮಾರು 3000 ಸರಿ ಪುಟವನ್ನು ವೀಕ್ಷಿಣೆ ಪಡೆಯಲು ಅನುಕೂಲ ಮಾಡಿಕೊಟ್ಟ ಬ್ಲಾಗ್ಗೆರ್ಸ್.ಕಾಂ ಅವರಿಗೆ ನನ್ನ ಧನ್ಯವಾದಗಳು.

Introduction

ಪರಿವಿಡಿ

1. ಸಣ್ಣ ಕವನಗಳು-1

2. ಗ್ರಂಥಾಲಯವೆಂಬ ಮನೆ

3. ಕಾಲೇಜು ಜೀವನ

4. ರೈತನಾ ಶ್ರಮ

5. ಮೀನಾದೆ ನಾ

6. ದೀಪಾವಳಿ ಹಬ್ಬ

7. ಸಣ್ಣ ಕವನಗಳು-2

8. ಹುಡುಗಿ

9. ಸಣ್ಣ ಕವನಗಳು-3

10. ವರ್ಜಿನ್

11. ಸಣ್ಣ ಕವನಗಳು-4

12. ಗಾಂಜಾದ ಗಮ್ಮತ್ತು

13. ಸಣ್ಣ ಕವನಗಳು-5

14. ಒಲವಯಿತು

15. ಸಣ್ಣ ಕವನಗಳು-6

16. ಹೂವೊಂದು ಬಳಿ ಬಂದು

17. ಸಣ್ಣ ಕವನಗಳು-7

18. ಸೂರ್ಯಚಂದ್ರ

19. ಸಣ್ಣ ಕವನಗಳು-8

20. ಮೋಸಗಾತಿ

21. ಸಣ್ಣ ಕವನಗಳು-9

22. ನಾ ಸೋತೆ

23. ಸಮನ್ವಯ ಬಣ್ಣ

24. ಓ ನನ್ನ ಚಿಲುವೆ

25. ಮಳೆ ಹನಿ ಬಿದ್ದಂತೆ

26. ಪ್ರೀತಿಯ ಹೂವೆ

27. ಮೌನದ ಅಲೆ

28. ಚಿಲುವೊಂದು ನಗುತಿರಲು

29. ದೇವರು

30. ಮೌನವಾದೆ ನೀನು

31. ಕೆಂಪು ಕೆನ್ನೆ ತುಂಟಿ

32. ಬದುಕಿನ ಬಣ್ಣ

33. ಮುಳ್ಳಾಗಿದೆ ಮನಸ್ಸು

34. ಆ ಕ್ಷಣಾ

35. ನಮ್ಮ ಸಾವರಿ

36. ಹೊಸ ವರುಷ

37. ಮುಂಜಾನೆ ಮಂಜಲ್ಲಿ

38. ಒಲವಿನ ತೋರಣಕೆ

39. ನಮ್ಮೂರು

40. ಸುಂದರಿ

41. ಮೌನವೇ ಮಾತಾದಾಗ

42. ನಮ್ಮ ಕನ್ನಡ ನುಡಿ

43. ಬರವೇ

44. ಚಿಲುವೆ ಸಂಪಿಗೆ

45. ಬೆಂಗಾಡು ಹೃದಯ

46. ನಲುಮೆಯ ಗೆಳತಿ

47. ಸಣ್ಣ ಕವನಗಳು-10

48. ಬದುಕುವ ಆಸೆ

49. ಹರೆಯದ ಹೃದಯ

50. ಶಿಕ್ಷಣ

51. ಚಿಲುವು

52. ಮರೆಯಾದ ಬದುಕು

53. ಬದುಕೆಲ್ಲಾ ಬರಡಾಗಿ

54. ಕೆರೆಯೊಂದು ನೆರೆ

55. ಭಾವದ ಒಳಗೆ

56. ಮುಸುಕಾದ ಮನ

57. ಓ ನನ್ನ ಚಿನ್ನ

58. ಕನಸುಗಳು ಚೂರು

59. ನೀನಾಗಿ

60. ಒರಿದಾದ ಮನಕೆ

61. ಹೃದಯದ ಮಾತು

62. ನೋಡುವಾಸೆ

63. ಕವಿತೆ

64. ಕುಂದಾದ್ರಿ ಬೆಟ್ಟ

65. ಮಮತೆಯ ಮಡಿಲು

66. ರಂಗೋಲಿ

67. ಡಿಂಪಲ್ ಕೆನ್ನೆ

68. ಒಂದು ಹುಡುಗಿಯ ಕಥೆ

69. ಕೊರೊನ ವೈರಸ್

70. ಸೆರೆಯಾದ ನಾನು

1. ಸಣ್ಣ ಕವನಗಳು-1

ಅಚ್ಚಿ ಲಗತೀ ಹೋ

ಅಚ್ಚಿ ಲಗತೀ ಹೋ ಕುಬಸುರತ್ ನಹೀ.
ಕುಬಸುರತ್ ಲಗತೀ ಹೋ ಪ್ಯಾರ್ ನಹೀ.
ಪ್ಯಾರ್ ಲಗತೀ ಹೋ ಮೇರಾ ನಾಮ್ ನಹೀ.

ಜೀವನದ ಕಲೆ

ಜೀವನವೆಂಬುದು ಕಲೆ.
ಅರಿತವನಿಗೆ ಇಲ್ಲಿದೆ ಬೆಲೆ.
ಇಲ್ಲವೆಂದರೆ ಅವನ ಕೊಲೆ.

ಗೆಲುವು ಒಲುವು

ನೀ ನನ್ನ ಮುಟ್ಟಿದರೆ ಒಲವು
ನಾ ನಿನ್ನ ಮುಟ್ಟಿದರೆ ಗೆಲುವು!
ಆಗಬಹುದೇ ನಮಗೆ ಒಂದೆರಡು ಮಗುವು!

2. ಗ್ರಂಥಾಲಯವೆಂಬ ಮನೆ

ಗ್ರಂಥಾಲಯವೆಂಬ ಮನೆ
ಪುಸ್ತಕದ ಹೂವಿನ ಕೊನೆ
ಓದುತ ಕುಳಿತೆನು ಒಬ್ಬನೇ! ....

ಪುಸ್ತಕವು ನೂರಾರು
ಓದುತಿರಲು ಬಲು ಜೋರು
ಮನದ ಯೋಚನೆ ಸಾವಿರಾರು!.............

ಹೇಗೆ ಕಲಿಯಲಿ ನಾ
ಈ ಪುಸ್ತಕವ ಮಸ್ತಕಕ್ಕೆ
ಓದಿದೆ ಮೂರು ಬಾರಿ,
ತಲೆಗೆಆತುತ್ತಿಲ್ಲಾ ಒಂದುಸಾರಿ!

ಏನು ಮಾಡಲಿ ನಾ
ಹೇಗೆ ಓದಲಿ ನಾ!
ಸಿಟ್ಟಾಯಿತು ಮನಸ್ಸು,
ಚೂರಾಯಿತು ಓದುವ ಕನಸು!............

ಮತ್ತೊಮ್ಮೆ ಪ್ರಯತ್ನ,
ತಿರುಗಿ ಒಮ್ಮೆ ಯತ್ನ.
ಹೀಗೆ ಸಾಗಿತು ಜೀವನದ
ಏಳು ಬೀಳಿನ ಸ್ವಪ್ನ! ....

ನೂರಾರು ಕನಸು ಚೂರಾದ ಮನಸು

ಬಿಡದಾ ನನ್ನ ಛಲ,
ಓದುತ ಕವನ ಸಂಕಲನ.
ರಚಿಸಿದೆ ಒಂದು ಕವನ,
ಕವನದ ಹೆಸರೇ ಸಿಂಚನ! ....

ಗ್ರಂಥಾಲಯದ ಪಾಲಕ
ಪುಸ್ತಕಗಳ ಪೋಷಕ
ಅವರೇ ನಮ್ಮ ಸ್ಫೂರ್ತಿ
ಓದುತ ನಾವು ಗಳಿಸಿದ ಕೀರ್ತಿ!..........

ಓದೋಣ ಒಳ್ಳೆ ಪುಸ್ತಕ,
ಗಳಿಸೋಣ ಒಳ್ಳೆ ಜ್ಞಾಪಕ
ಹಂಚೋಣವಿದ್ಯೆಯ ರಸಪಾಕ!.......

ಗ್ರಂಥಾಲಯದ ನೆನಪು,
ಪುಸ್ತಕಗಳ ಸವಿನೆನಪು.
ಜೀವನಕೆ ನೀಡುವುದು ತಂಪು,
ಪಸರಿಸೋಣ ಪುಸ್ತಕಗಳ ಕಂಪು.! ....

3. ಕಾಲೇಜು ಜೀವನ

ವಿದ್ಯಾರ್ಥಿಗಳ ಜೀವನ,
ನೋವು ನಲಿವಿನ ಪಯಣ.
ಮುಗಿಸಿದೆವು ನಾವು ಹೈಸ್ಕೂಲನು,
ಸೇರಿದವು ನಾವು ಕಾಲೇಜನು.

ಹುಡುಗರ ಎದೆ ಬಡಿತ ಹುಡುಗಿಯರು!
ಹುಡುಗಿಯರ ಕಣ್ಣುಸೆಳೆದ ಹುಡುಗರು!
ಮಾತಿನಲ್ಲೇ ಮೋಜು ಮಸ್ತಿ,
ಪ್ರೀತಿಸಿದ ಹುಡುಗಿಗಾಗಿ ಜಂಗಿ ಕುಸ್ತಿ.

ಪ್ರೊಪೋಸ್ ಮಾಡಿಬಿಟ್ಟೆ ನನ್ನ ಹುಡುಗಿಗೆ!
ಒಪ್ಪಿಕೊಂಡ್ರೆ ಪ್ರೀತಿ ಜೋರು,
ಇಲ್ಲ ಅಂದ್ರೆ ಜೀವನ ಬೋರು.
ಸೋತ ಪ್ರೀತಿಗಾಗಿ ಕುಡಿತ,
ಅವಳೇ ನನ್ನ ನಾಡಿ ಮಿಡಿತ...........

ಈ ನಮ್ಮ ಲೈಫ್ ಚೆಂದ,
ಕ್ರಿಕೆಟ್ ಹಾಡಿದ ಆಟ ಅಂದ.
ನಾವು ಹೋದ ಟೂರ್ ನೆನಪು,
ಕ್ಲಿಕ್ಕಿಸದ ಫೋಟೋ ಒಳಪು.
ಕಾಲೇಜು ಜೀವನ ಬೇಕು,

ಪುಸ್ತಕದ ಗೀಳು ಸಾಕು. ....
ಮುಗಿಸಿದೆವು ಎಕ್ಸಾಮನು,

ನೂರಾರು ಕನಸು ಚೂರಾದ ಮನಸು

ಮುಂದಿನ ಪ್ಲಾನ್ ಏನು.
ಯೋಚನೆಯೇ ಜೀವನವಿನ್ನೂ! ....

ಸುಮ್ಮನೆ ಇದ್ದು ಬಿಡಲೇ,
ದುಡ್ಡಿಗಾಗಿ ನೊಂದು ಬಿಡಲೇ.
ಗೆಳೆಯನಿಗಾಗಿ ಜೀವ ಕೊಡಲೇ,
ಪ್ರೀತಿಸಿದ ಪ್ರೇಮಿಗಾಗಿ ಪ್ರಾಣ ತೆರಲೇ! ....

ಕಾಲೇಜು ಜೀವನ,
ಸವಿನೆನಪುಗಳ ಸೋಪಾನ!
ಮೆಲುಕು ಹಾಕುತ ಸವಿಯೋಣ,
ಮುಂದಿನ ಗುರಿಯೆಡೆಗೆ ನಾವು.
ನಗು ನಗುತಾ ಸಾಗೋಣ! ....

23

4. ರೈತನಾ ಶ್ರಮ

ರೈತನಾ ಶ್ರಮ ಸಿರಿವಂತರು
ಅನುಭವಿಸುವ ಘಮ!
ಹೊಲದಲ್ಲಿನ ಬೆಳೆ ಕೈ ಕೊಟ್ಟರೆ
ರೈತರ ಜೀವನವೇ ಕೊಳೆ! ....

ಬಿತ್ತಿದ ಬೆಳೆಗೆ ಬೆಲೆಯಿಲ್ಲ
ಮಧ್ಯವರ್ತಿಗಳ ಸುಲಿಗೆಗೆ ಕೊನೆಯಿಲ್ಲ
ರೈತನ ಶ್ರಮಕ್ಕೆ ನಲಿವಿಲ್ಲ! ....

ರೈತನೇ ದೇಶದ ಬೆನ್ನೆಲುಬು
ಮುರಿಯದಿರೋಣ ರೈತನ ಪಕ್ಕೆಲುಬು!
ರೈತನ ಹೆಸರಲಿ ವೇಷ
ವೇಷದ ನೆಪದಲ್ಲಿ ರೈತನ ನಾಶ! ....

ಬೆಳೆದ ಬೆಳೆಗಿಲ್ಲ ಕಿಮ್ಮತ್ತು,
ರೈತನ ಜೀವನದಲ್ಲಿ ಇಲ್ಲ ಗಮ್ಮತ್ತು.
ದೇಶದ ಆಧಾರವೇ ರೈತ! ....

ಸಾಲದ ಸುಳಿಯಲ್ಲಿ ಸಿಕ್ಕ
ರೈತನ ಜೀವ ಒಂದು ಪ್ರೇತ!
ರೈತನ ಸಾವಿಗೆ ಕೊನೆಯಿಲ್ಲ
ಬೆಳೆದ ಬೆಳೆಗೆ ಬೆಲೆಯಿಲ್ಲ
ಅವನ ಸಂಸಾರದಕೆ ದಿಕ್ಕಿಲ್! ....

ರೈತರ ಹೆಸರಲ್ಲಿ ದರ್ಬಾರು
ಗೂಟದ ಕಾರಿನ ಕಾರ್ಬಾರು!
ರೈತ ಬೆಳೆದ ಅನ್ನ
ತಿನ್ನುವವರ ಪಾಲಿನ ಚಿನ್ನ!
ಆದರು ರೈತನ ಜೇಬಿಗೆ ಕನ್ನ!

ರೈತನ ಬೆಳೆದ ಹಸಿರು
ನಮ್ಮೆಲ್ಲರ ಉಸಿರು.
ರೈತರಿಗಾಗಿ ಕೈ ಜೋಡಿಸೋಣ
ದುಃಖವನ್ನು ಓಡಿಸೋಣ
ದೇಶವನ್ನು ಗೆಲ್ಲಿಸೋಣ! ....

5. ಮೀನಾದೆ ನಾ

ಪ್ರೀತಿಯ ತೋರಣಕೆ ಎಲೆಯಾದೇ ನೀನು,
ಬಾಳಲ್ಲಿ ಬಂದ ಒಲವಾದೇ ನೀನು.
ಚೆಲುವಿನ ನಗುವಿಗೆ ಸೆರೆಯಾದೆ ನಾನು!
ಮಾತಿನಾ ಕಡಲಲ್ಲಿ ಮಿನುಗುತಿಹ,
ನೋಟಕ್ಕೆ ಬಲಿಯಾದೆ ನಾನು! ....

ಮೋಹಕ ನಗುವು ಸೆಳೆತದ ಚೆಲುವು,
ಅರಿಯದ ಮನದಿ ಮಾಯವಾದೆ ನಾ!
ನಿನ್ನಯ ನಡಿಗೆ ನವಿಲಿನ ನಾಟ್ಯ
ನಾಟ್ಯವ ನೋಡಿ ಕಳೆದೋದೆ ನಾ!

ಮಾತಲ್ಲಿ ಇಂಪು ಮನಸಲಿ ಕಂಪು
ನುಡಿಯಲಿ ನಿನಗೆ ವಶವಾದೆ ನಾ!
ನಿನ್ನಯ ಬಲೆಗೆ ಬಿದ್ದ ನಾನು
ನೀರೇ ಇಲ್ಲದ ಮೀನಾದೆ ನಾ! ....

6. ದೀಪಾವಳಿ ಹಬ್ಬ

ದೀಪಾವಳಿ ಹಬ್ಬ ಬಂತು,
ಬಾಳಲ್ಲಿ ಸಡಗರವ ತಂತು.
ಹಣತೆಯ ಸಾಲು ಸಾಲು
ಜೀವನದಿ ಗೆಲುವು ತರಲು! ....

ದೀಪಾವಳಿಯು ನಿಮಗೆ,
ತರಲಿ ಒಂದು ಹೊಸಬಗೆ.
ಖುಷಿಯನ್ನು ಹೊತ್ತು ಬರಲಿ,
ಗೆಲುವನ್ನು ಪ್ರತಿಸಲವೂ ಕೊಡಲಿ.
ಪ್ರೀತಿಯು ಹೃದಯವನ್ನು ತುಂಬಲಿ!

ಮಕ್ಕಳು ಹೊಸ ವಸ್ತ್ರ ತೊಟ್ಟು,
ಮಹಿಳೆಯರ ಸೀರೆ ಉಟ್ಟು.
ಪುರುಷರು ಹೊಸ ಉಡುಪು ತೊಟ್ಟು
ಸಂಭ್ರಮಿಸುವರು ಖುಷಿಯ ಪಟ್ಟು ! ....

ದೀಪದಿಂದ ದೀಪ ಹಚ್ಚಿ
ಬೆಳಕು ಬಂದು ಕೊಳೆಯ ಕೊಚ್ಚಿ!
ಮನಸ್ಸನ್ನು ಶುಭ್ರ ಮಾಡಿ
ಹೊಸತನವು ಜೀವನದಿ ಮೂಡಿ!
ಹರುಷ ತುಂಬಲಿ ಬಾಳೆಲ್ಲ
ದೂರ ಹೋಗಲಿ ನೋವೆಲ್ಲಾ!.......

ಪಟಾಕಿಯ ಸದ್ದು ಜೋರು
ಚಿಣ್ಣರ ನಲಿವಿನ ತೇರು!
ಪಟಾಕಿಯನ್ನು ಅಳಿಸಿ
ಪರಿಸರವನ್ನು ಉಳಿಸಿ!.............

ಹಬ್ಬದ ಅಡುಗೆ ಘಮ ಘಮ
ಊರ ತುಂಬ ಸಂಭ್ರಮ!
ಹೊಬ್ಬಿಟ್ಟಿನ ಊಟವಂತೆ.
ಸವಿ ಭೋಜನದ ಸಂತೆ.
ದೀಪಾವಳಿಯ ವಿಶೇಷವಂತೆ! ....

ಪಟಾಕಿಯನ್ನು ಅಳಿಸಿ
ಪರಿಸರವನ್ನು ಉಳಿಸಿ
ದೀಪಾವಳಿಯನ್ನು ಸಂಭ್ರಮಿಸಿ!........

7. ಸಣ್ಣ ಕವನಗಳು-2

ಹೃದಯದ ಕವನ

ಒಲವಿನ ಜೊತೆಗೆ ಹೃದಯದ ಕವನ,

ಹೃದಯದ ಜೊತೆಗೆ ನನ್ನ ಮನಸ್ಸಿನ ಕಥನ.

ಬರೆದೇನು ನಾನು ಈ ಮೌನದ ಕವನ,

ಜೊತೆಯಾಗಿ ಸಾಗುವುದೆ ನಮ್ಮ ಜೀವನ ಪಯಣ...????

ಹೃದಯವನು ಕೊಂದು

ಹೃದಯವನ್ನು ಕೊಂದು ನೋವನ್ನು ತಂದು,

ಜೀವನದಿ ಬೆಂದು ಒಲಿದವಳು ನೀನೆಂದರೆ ತಪ್ಪೇನು.........????

ಕಳೆದ ಹೊತ್ತು

ಅರಿಯದೆ ಆಡಿದ ಆ ಮಾತು

ಬಗೆಹರಿಯದೆ ಕಳೆದ ಈ ಹೊತ್ತು!

ತಂದು ಕೊಡುವುದೇ ನಮ್ಮ ಜೀವನಕ್ಕೆ ಸಂಪತ್ತು..........???

8. ಹುಡುಗಿ

ಹುಡುಗಿ ನಿನ್ನ ನೋಟ ಚೆಂದ,
ಪ್ರೀತಿಯಲ್ಲಿ ನೀನು ಅಂಥ.
ಚೆಲುವಿನಲ್ಲಿ ಹೊಳಪು ನೀನು
ಮಾತಿನಲ್ಲಿ ಕೋಲಜೇನು!

ನೀನು ಒಲವ ಹೂವಿನಂತೆ,
ಸುತ್ತುತ್ತಿಹೇನು ದುಂಬಿಯಂತೆ .!
ಹೇಳುವೆಯೇನು ನಿನ್ನ ಹೆಸರು
ಪ್ರೀತಿಗಾಗಿ ಕೊಡುವೆ ಉಸಿರು!

ಮಾತು ಒಂದು ಮಧುರ ಗಾನ
ನಿನ್ನ ಪ್ರೀತಿ ತುಂಬಾ ಮೌನ!
ನಿನ್ನ ಕಣ್ಣಿ ಸನ್ನೆ ನೋಡಿ
ನಾನು ಬಂದೆ ಓಡಿ ಓಡಿ!

ನಗುವಿನಲ್ಲಿ ಎನೋ ಸೆಳೆತ,
ತುಡಿಯುತಿದೆ ಪ್ರೀತಿ ಮೊರೆತ.
ಏರುತಿದೆ ಹೃದಯ ಬಡಿತ,
ಮನವು ಹೇಳುತ್ತಿದೆ ಲವ್ ಯು ಅಂತ!
ನೀನು ಒಂದು ಗೊಂಬೆಯಂತೆ,
ಪ್ರೀತಿಸುವೆನು ಬಿಡು ಚಿಂತೆ!

ಭಯವ ಬಿಟ್ಟು ಪ್ರೀತಿ ಮಾಡು,
ಒಲವು ಎಷ್ಟು ಸುಂದರ ನೋಡು.

ಮನಸ್ಸು ತುಂಬ ನಿನದೆ ಧ್ಯಾನ
ಮಾತಾಡು ನೀನು ಮುರಿದು ಮೌನ!

ಹೇಳು ಒಮ್ಮೆ ಪ್ರೀತಿಸುವೆನು
ಪ್ರೇಮಕ್ಕಾಗಿ ಕಾಯುತಿಹೆನು.
ನೀನು ಒಮ್ಮೆ ಒಪ್ಪಿ ನಕ್ಕರೆ
ಹಾಲು ಜೇನಿನಂತೆ ಜೀವನವು ಸಕ್ಕರೆ!

9. ಸಣ್ಣ ಕವನಗಳು-3

ಮನಸ್ಸೆಂಬ ಮನೆ

ಮನಸ್ಸು ಎಂಬ ಮನೆಯಲ್ಲಿ
ಕನಸು ಎಂಬ ಬಾಗಿಲು ತೆರೆದು!
ಜೀವನ ಎಂಬ ಗಾಡಿಯಲ್ಲಿ
ಹೃದಯ ಎಂಬ ತಂತಿ ಗಾಡಿಯಲ್ಲಿ
ಹೃದಯ ಎಂಬ ತಂತಿ ಮಿಡಿದಾಗ!
ಹುಟ್ಟುವುದೇ ಈ ಪ್ರೀತಿ.........................????

ಮನಸ್ಸಿನ ಅಲೆ

ಮನಸ್ಸಿನ ಅಲೆಯಲ್ಲಿ
ಮೌನದ ಮಿಡಿತ!.........
ಎದೆಯ ಅಂಗಳದಲ್ಲಿ
ಹೃದಯದ ಬಡಿತ! ....
ಸೆಳೆಯುತ್ತಿದೆ ನನ್ನ
ಈ ಪ್ರೇಮದ ಸೆಳೆತ!..........
ಸಾಗಬಹುದೇ ನಾವು
ನಮ್ಮನು ನಾವು ಮರೆಯುತಾ! ....

10. ವರ್ಜಿನ್

ಹೇಳಲು ಹೊರಟೆ ಒಂದು ಕವನ
ವರ್ಜಿನ್ ಕಂಪನಿ ಬೆಳೆದ ಸುಂದರ ಕಥನ!
ರಿಚರ್ಡ್ ಬ್ರಾನಸನ್ ಬೆಳೆದ ಪರಿ
ತಿಳಿದರೆ ಆಗುವುದು ನಿಮಗೆ ಅಚ್ಚರಿ

ಹದಿನಾರನೇ ವಯಸ್ಸಿನ ಸುಂದರ ಪೋರ
ಕಟ್ಟಿದ ಒಂದು ವರ್ಜಿನ ಎಂಬ ಶಿಖರ!
ಓದಲಿ ಇವನು ಹಿಂದೆ ಬಿದ್ದ
ಗೆಳೆಯರ ಮನವನು ಗೆದ್ದ!

ಶುರುಮಾಡಿದ ಒಂದು ಸ್ಟೂಡೆಂಟ್ ಪತ್ರಿಕೆಯನ್ನು
ಗೆಲ್ಲಲು ಯುವಕರ ಹೃದಯವನ್ನು.
ಚಲದಲ್ಲಿ ಬೆಳೆಯಿತು ಇವನ ಪತ್ರಿಕೆ
ಸ್ಪಂದಿಸಿತು ಜನಗಳ ಕಪ್ಪುಕೆ!
ಇವನ ಕಂಪನಿ ಆಯಿತು ವರ್ಜಿನ್
ಬ್ರಾನಸನ್ ಒಬ್ಬ ಬಿಸಿನೆಸ್ ಸರ್ಜನ್!

ಬ್ರಾನಸನ್ ಒಬ್ಬ ಮಾದಕ ಯುವಕ
ಹುಡುಗಿಯ ಮನಸ್ಸನು ಗೆದ್ದ ಕಥೆಯೇ ರೋಚಕ!
ಈಗ ಇವನಿಗೆ ಮೂರು ಮಕ್ಕಳು
ಸಂಸಾರವೆಲ್ಲ ಬ್ರಿಟನ್ ದೇಶದ ಪ್ರಜೆಗಳು!

ಸಿಕ್ಕಿತು ಇವನಿಗೆ ಕುಟುಂಬದ ಬೆಂಬಲ
ತಂದೆ ತಾಯಿಯೇ ಬಲು ಪ್ರೀತಿಯ ಹಂಬಲ!

ಸಂಗೀತ ಲೋಕಕೆ ಹೆಜ್ಜೆ ಇಟ್ಟ
ಸಂಗೀತ ಪ್ರೀಯರ ಮನಸ್ಸಿಗೆ ಲಗ್ಗೆ ಇಟ್ಟ!

ವರ್ಜಿನ್ ಬೆಳೆಸಲು ಪಟ್ಟ ಕಷ್ಟ
ಆಯಿತು ಅವನಿಗೆ ತುಂಬಾ ನಷ್ಟ!
ಸಂಗೀತ ಪ್ರಿಯರಿಗೆ ಖುಷಿಯನ್ನು ತಂತು
ಸುಂದರ ಆಲ್ಬಮ್ ವರ್ಜಿನ್‌ನಿಂದ ಬಂತು!

ಜಗ್ಗದೆ ನುಗ್ಗಿದ ಮುಂದ
ಈಗ ಪ್ರಪಂಚವೇ ಇವನ ಹಿಂದೆ!
ವರ್ಜಿನ್ ವಿಮಾನ ಆಕಾಶಕೆ ಏರಿತು
ಬ್ರಿಟಿಷ್ ವಿಮಾನದ ವಿರುದ್ದ ಸಮರವ ಸಾರಿತು!
ಸಮರದಲ್ಲಿ ತೊಡೆಯನ್ನು ತಟ್ಟಿದ
ಬ್ರಿಟಿಷ್ ವಿಮಾನಕ್ಕೆ ಬುದ್ದಿ ಕಲಿಸಿದ!

ಹಡಗಿನಲ್ಲಿ ಸಾಹಸ ಮಾಡಿದ
ಜೊತೆಗಿದ್ದವರ ಪ್ರಾಣವ ಉಳಿಸಿದ!
ಹಡಗಲಿ ಪ್ರಯಾಣಿಸಿ ಸೇರಿದ ದಡವ
ಗೆದ್ದು ಬೀಗಿದ ದೇಶದ ಪ್ರಜೆಗಳ ಮನವ!

ಗಾಳಿ ಬಲೂನಲಿ ಏರಿದ ಆಕಾಶ
ಜೀವನ ಪಣಕ್ಕಿಟ್ಟು ಸೇರಿದ ದೇಶ!
ಇವನ ಸಾಹಸ ಬಲು ರೋಚಕ
ವರ್ಜಿನ್ ಕಂಪನಿ ಬೆಳೆಸಿದ ಮಾಂತ್ರಿಕ!

ಏಡ್ಸ್ ರೋಗವು ಬಂತು ಆಫ್ರಿಕಾದಲ್ಲಿ
ಕಾಯಿಲೆಯಿಂದ ಜನರು ಪರಿತಪಿಸಿದರಲ್ಲಿ!
ಚಿಕಿತ್ಸೆಗಾಗಿ ವ್ಯಯಿಸಿದ ಹಣವ

ಆಫ್ರಿಕಾ ಜನರ ಗೆದ್ದ ಮನವ!
ಪ್ರಶಸ್ತಿಗಳು ಬಂದವು ಇವನ ಅರಸಿ
ವರ್ಜಿನ್ ಬೆಳೆಸಿದ ಜೀವನ ಸವೆಸಿ!
ಬ್ರಾನಸನ್ ಒಬ್ಬ ಬಿಸಿನೆಸ್ ಐಕಾನ್
ನಾನೂರು ಕಂಪನಿಗಳ ಸಮೂಹವೇ ವರ್ಜಿನ್!

ವರ್ಜಿನ್ ಕಂಪನಿ ಒಂದು ದಂತಕಥೆ
ಏಳುತ ಹೊರಟರೆ ಮುಗಿಯದ ಕಥೆ!
ರಿಚರ್ಡ್ ಬ್ರಾನಸನ್ ನಮಗೆ ಸ್ಫೂರ್ತಿ
ಜಗದೆಲ್ಲೆಡೆ ಹರಡಿದೆ ಅವನ ಕೀರ್ತಿ!

11. ಸಣ್ಣ ಕವನಗಳು-4

ಪ್ರೀತಿಯ ಸೆಳೆತ

ಆಕಾಶದ ಮೋಡದಲಿ ಗುಡುಗಿನ ನರ್ತನ
ಗುಡುಗಿನ ಜೊತೆಗೆ ಮಿಂಚಿನ ಸೆಳೆತ!
ಸುರಿಯುತ್ತಿರುವ ಆ ತುಂತುರು ಮಳೆ ಹನಿಯ ಕೊರೆತ
ಹುಟ್ಟುವುದೇ ನಮ್ಮಿಬ್ಬರಿಗೂ ಪ್ರೀತಿಯ ಸೆಳೆತ!

ಚಿಂತಿಸುವ ಮುನ್ನ

ಚಿಂತಿಸುವ ಮುನ್ನ ಒಮ್ಮೆ ಯೋಚಿಸು,
ಯೋಚಿಸುವ ಮುನ್ನ ಒಮ್ಮೆ ಪ್ರೀತಿಸು.
ಪ್ರೀತಿಸುವ ಮುನ್ನ ಒಮ್ಮೆ ನಕ್ಕುಸಾಯಿಸು,
ಸಾಯಿಸುವ ಮುನ್ನ ನನ್ನ ಕನಸನ್ನು ಪೂರೈಸು.
ಪ್ರೇಮದಲ್ಲಿ ನೀ ನನ್ನ ಕ್ಷಮಿಸು!

ಸಾಹಿತ್ಯ

ನಿನ್ನಯ ಹೆಸರು ಸಾಹಿತ್ಯ
ಬಯಸದೆ ಬಂದ ಸಾಂಗತ್ಯ
ಪ್ರೀತಿಸುವೆ ನಿನ್ನ ದಿನ ನಿತ್ಯ!
ಹೇಳಬೇಡ ನೀನು ದಿನ ಮಿಥ್ಯ
ಪೂಜಿಸಲಾರೆ ಇದು ಸತ್ಯ!

12. ಗಾಂಜಾದ ಗಮ್ಮತ್ತು

ಗಾಂಜಾದ ಗಮ್ಮತ್ತು ತುಳಸಿಗೆ ಆಪತ್ತು
ತುಳಸಿಯ ಒಲವೋ ಗಾಂಜಾದ ನಲಿವೋ!
ದೇವರು ಕೊಟ್ಟ ಪ್ರೀತಿಯ ವರವೋ
ಮಾನವರು ಸ್ವರ್ಗವ ಗೆದ್ದ ಗೆಲುವೋ!

ತುಳಸಿಯಾ ಗಿಡವು ಪೂಜುವ ದೇವರಂತೆ
ಗಾಂಜಾದ ಗಿಡವು ಮಾನವ ಸೇದುವ ಬಂಗಿಯಂತೆ!
ದೇವರ ಕಾಣಲು ತುಳಸಿಯಾ ಪೂಜೆ
ಸ್ವರ್ಗವ ನೋಡಲು ಗಾಂಜಾದ ಸೇವೆ!

ಒಲಿಯುವನೇ ದೇವರು ಪೂಜೆಯ ಕಂಡು
ಮಾನವನು ಸೇದುವ ಗಾಂಜಾದ ತುಂಡು ?
ಗಾಂಜಾದಲ್ಲಿ ಔಷಧೀಯ ಗುಣವಿದೆಯಂತೆ
ಸೇದಲು ಸ್ವರ್ಗವು ಬಳಿ ಬರುವುದಂತೆ?

ತುಳಸಿಯ ಪೂಜೆ ಗಾಂಜಾ ಸೇವೆ
ದೇವರನು ಒಲಿಸಲು ಮಾಡುವ ಚಲವೇ?
ಕಾಲವು ಬದಲಾಯಿತು ತುಳಸಿಯ,
ಪೂಜೆಯು ನಿಂತೋಯಿತು.
ಗಾಂಜಾದ ನಶೆಯು ಮೈಮೇಲೆ ಬಂದಾಯಿತು!

ತುಳಸಿಯ ಬಿಟ್ಟು ಗಾಂಜಾವಾ ಸುಟ್ಟು?
ನಶೆಯೇರಿದ ಮೋಜಿನ ಗುಟ್ಟು.

ತುಳಸಿಯ ಗಿಡವೋ ಗಾಂಜಾದ ಗಿಡವೋ
ಮಾನವರು ತೋರುವ ಪ್ರೀತಿಯ ಒಲವೋ!

13. ಸಣ್ಣ ಕವನಗಳು-5

ಮುನಿಸು

ನಾ ನಿನ್ನ ನೋಡಿದ ಮೇಲೆ ಆಯಿತು ಮುನಿಸು
ನೀ ನನ್ನ ನೋಡುವಾಗ ಆಯಿತು ಕನಸು.
ಕನಸು ಮತ್ತು ಮುನಿಸುಗಳ
ಮಧ್ಯೆ ನಡೆಯುವ ಜೀವನವೇ ಸೊಗಸು.!

ಒಂದು ಕವನ

ಬರೆಯಲೇ ನಾನು ಒಂದು ಕವನ
ಹೇಳುವೆಯೇನು ನಿನ್ನ ಜನನ!
ದಿನ ಪೂರ್ತಿ ಆಗುವುದೇ ಮನನ
ಸೆಳೆಯುವೇಯ ನೀನು ಗಮನ!
ಇದುವೇ ನಮ್ಮಯ ಈ ಜೀವನ? ....

ನಿನ್ನಯ ಜನನ

ಇದುವೇ ಇಂದು ನಿನ್ನಯ ಜನನ
ಸಂಭ್ರಮಿರಲಿ ತಪ್ಪದೆ ಈ ದಿನ!
ಈ ನಿನ್ನ ಜನನಕೆ ನಿನ್ನ ಶುಭನಮನ
ನಿನಗಾಗಿ ನಾ ಬರದೇ ಸಣ್ಣ ಕವನ!

14. ಒಲವಾಯಿತು

ಒಲವಾಯಿತು ನನಗೆ,
ನಿನ ಮೇಲೆ ಹಾಗೆ.
ಮಳೆ ಬಂದು ಹನಿಯೊಂದು,
ಎಲೆಯನ್ನು ಮುತ್ತಿಟ್ಟ ಹಾಗೆ.
ಮನಸಿನ ಆಸೆ ಹೇಳುವೆ ನಾನು,
ಕನಸಿಗೆ ಬಂದ ರಾಣಿಯು ನೀನು?
ಚೆಲುವಾದ ಮೊಗವು,
ಸುಂದರ ನಗುವು.
ಕಾಡಿದೆ ನನ್ನ ಕೇಳುವೆಯ ನೀನು!
ಏಳು ಬಾ ನನ್ನ ಹೃದಯವೇ,
ಎದೆ ಬಡಿತ ನೀನೆಂದು.
ನನ್ನ ಉಸಿರ ಏರಿಳಿತಾ,
ನಿನಗಾಗಿ ಹುಡುಕುತಿದೆ.
ನಿನ ಚೆಲುವು ನನಗೆಂದು!
ಕಣ್ಣ ಸನ್ನೆಯಲಿ ಕಾಡಿ,
ಹೃದಯದ ಮನೆ ಮಾಡಿ.
ಮನಸಿನ ಕದ ತೀಡಿ?
ಒಳ ಬಂದು ನನ ನೋಡಿ.
ನೀನೇಕೆ ನಗುವೇ,
ಬಾ ಬಾರೆ ಚೆಲುವೆ!
ಒಲವಾಯಿತು ನನಗೆ,
ನಿನ ಮೇಲೆ ಹಾಗೆ.

ಮಳೆ ಬಂದು ಹನಿಯೊಂದು,
ಎಲೆಯನ್ನು ಮುತ್ತಿಟ್ಟ ಹಾಗೆ!
ಪ್ರೀತಿಯ ಮಕರಂದ,
ನಾ ಬಂದೆ ಒಲವಿಂದ.
ಕಣ್ಣ ಮುಂದೆ ಬಾರೆ,
ಮೊಗವನ್ನು ತೊರೆ!

ನೋಟವು ಮಿಂಚಂತೆ,
ಮಾತುಗಳು ಸಿಡಿಲಂತೆ.
ಮಳೆ ಹನಿಯು ಬಿದ್ದಂತೆ!
ಹನಿಯೊಂದು ತಾಗಿ,
ಕರೆದಂತೆ ನನ್ನ ಕೂಗಿ.
ಬಳಿಬಂದೆ ನಿನಗಾಗಿ!
ಹೇಳುವೆನು ಪ್ರೀತಿಯನ್ನು,
ಸೋತಿಹೆನು ನಿನಗಿನ್ನು.
ಒಪ್ಪಿಗೆಯ ನಿ ನೀಡು,
ಒಮ್ಮೆ ನನ ನೋಡು.
ಪ್ರಾಣವನ್ನೇ ನಾ ಕೊಡುವೆ,
ನಿನಗಾಗಿ ಚೆಲುವೆ!
ಒಲವಾಯಿತು ನನಗೆ,
ನಿನ ಮೇಲೆ ಹಾಗೆ.
ಮಳೆ ಬಂದು ಹನಿಯೊಂದು,
ಎಲೆಯನ್ನು ಮುತ್ತಿಟ್ಟ ಹಾಗೆ!

15. ಸಣ್ಣ ಕವನಗಳು-6

ನನ್ನ ಮನದೆನ್ನೆ

ನೀ ನನ್ನ ಮನದೆನ್ನೆ,
ಮಾಡುವೆ ಏಕೆ ಕಣ್ಣ ಸನ್ನೆ.?
ಸೂರೆ ಒಡೆದೆ ನನ್ನನ್ನೇ,
ಕಾಡುವೆಯಲ್ಲೇ ಹೃದಯವನ್ನೇ.?
ನೀ ಇಲ್ಲದ ಆ ನೆನ್ನೆ,
ನನಗೆ ತೋರುತಿಹುದು ಇಂದು ಬರಿ ಸೊನ್ನೆ!

ಗಣೇಶ

ನಿನಗ್ಯಾಕೆ ಬಂತು ಈ ಸಿಟ್ಟು,
ಮಾಡುವುದಿಲ್ಲ ನಾ ಯಡವಟ್ಟು.
ಹೇಳುವೆಯೇನು ನಿಜ ಜೀವನದ ಗುಟ್ಟು
ಗೌರಿ ಗಣೇಶ ಹಬ್ಬದ ತಂಬಿಟ್ಟು.
ಜೀವನವೆಂಬುದು ಉಪ್ಪಿಟ್ಟು,
ಎಲ್ಲರೂ ಸವಿಯುವ ಖುಷಿಪಟ್ಟು!

ಸ್ಪರ್ಶಿಸು ನನ್ನ

ಕಲಿಯುವ ಮುನ್ನ,
ಕಾಡಿಸು ನೀ ನನ್ನ.
ಬರೆಯುವ ಮುನ್ನ,
ನೀ ಪ್ರೀತಿಸು ನನ್ನ.
ಕರೆಯುವ ಮುನ್ನ,
ನೀ ಕಾಣಿಸು ಚಿನ್ನ.

ಮರೆಯುವ ಮುನ್ನ,
ನೀ ಮೋಹಿಸು ಎನ್ನ.
ನೋಯಿಸುವ ಮುನ್ನ,
ನೀ ಸ್ಪರ್ಶಿಸು ನನ್ನ.

16. ಹೂವೊಂದು ಬಳಿ ಬಂದು

ಹೂವೊಂದು,
    ಬಳಿ ಬಂದು ಹೇಳಿತು.
ಚೆಲುವೆಲ್ಲಾ ನನದೆಂದು!
ದುಂಬಿಯೊಂದು,
    ನಸುನಕ್ಕು ಹೇಳಿತು.
ಈ ಮಕರಂದ ನನದೆಂದು! ....

ಸೂರ್ಯನು ಕೆಂಪಾಗಿ,
    ಕಿರಣವು ಭೂಮಿ ತಾಗಿ.
ಹೇಳಿದನು ಬೆಳಕೆಲ್ಲಾ ನಾನೆಂದು! ....

ಚಂದ್ರನು ತಂಪಾಗಿ,
    ಕತ್ತಲೆ ಕಳೆದೋಗಿ.
ಹೇಳಿದನು ಈ ರಾತ್ರಿಯೇ ನನಗೆಂದು! ....

ಕೋಳಿಯು ಕೂಗುತ,
    ಮಾನವರನು ಬಡಿದೆಬ್ಬಿಸಿ.
ಹೇಳಿತು ಮುಂಜಾನೆ ನನದೆಂದು!..............

ಕೋಗಿಲೆಯ ಕುಹೂ ಕುಹೂ,
    ಅರಳಿದ ಚಿಗುರು ಹೇಳಿತು.
ವಸಂತಮಾಸವೇ ನಾನೆಂದು! ....

ದಟ್ಟನೆಯ ಕಾಡಲ್ಲಿ,
ಕೆರಳಿದ ಸಿಂಹವು ಹೇಳಿತು.
ಕಾಡಿನ ರಾಜ ನಾನೆಂದು! ....

ಆವಿಯು ಆಕಾಶ ಸೇರಿ,
ಮೋಡವು ಹೇಳಿತು.
ಮಳೆ ಹನಿಯೇ ನಾನೆಂದು! ....

ಪ್ರಕೃತಿಯು ಹಸಿರಾಗಿ,
ಜೀವಿಗಳ ಉಸಿರಾಗಿ ಕೇಳಿತು.
ಎಲೆ ಮಾನವ ನೀನು,
ಯಾರು ಹೇಳೆಂದು? ....

ನಸುನಕ್ಕು ಮಾನವನು
ಪ್ರಕೃತಿಗೆ ಸೆಡ್ಡುವೊಡೆದು?
ಗರ್ವದಿ ಹೇಳಿದನು,
ಬುದ್ದಿ ಜೀವೆಯೇ ನಾನೆಂದು? ....

ಪ್ರೀತಿಯಲ್ಲಿ ಕಂಗೊಳಿಸಿ,
ಪೂಜೆಯನ್ನು
ಸ್ವೀಕರಿ!

ಆ ದೇವರೇ ಹೇಳಿದನು,
ಈ ಸೃಷ್ಟಿ ನನದೆಂದು. ....

17. ಸಣ್ಣ ಕವನಗಳು-7

ಓಲವಿನ ನೆನಪು

ಮರೆತೆಯಾ ನೀನು ಓಲವಿನ ನೆನಪ.
ಅರಿಯದೆ ಬರೆದ ಪ್ರೀತಿಯು ಒಳಪ.
ನಿನ್ನಯ ನಗುವು ತುಂಬಿತು ಹುರುಪು!
ತಿಳಿಯದೆ ಬಂತು ನಿನ್ನಯ ನೆನಪು.
ನನ್ನಯ ಮನಕೆ ನೀಡಿತು ತಂಪು!

ಗೆಳೆತನ

ಬಾನೊಂದು ಸೂರು.
ನೀನು ಅದರ ತೇರು.
ಜೊತೆಯಾಗಿ ಸೇರು.
ಶ್ರಮಿಸೋಣ ದೂರ?
ಗೆಳೆತನವು ಜೋರು!

ಉಡುಗೊರೆ

ನೀ ನನ್ನನು ನೋಡಲು
ಓಲವಿನ ಉಡುಗೊರೆ.
ನೀ ನನ್ನನು ಕಾಡಲು
ಪ್ರೀತಿಯ ಮಳೆ ದರೆ?
ನೀ ನನ್ನನು ಸೇರಲು
ತುಂಬಿತು ಜೀವನದ ಹೊಸಕೆರೆ!.....

18. ಸೂರ್ಯಚಂದ್ರ

ಬದುಕನ್ನು ಬೆಳಗಲು,
              ಸೂರ್ಯಬಂದ.
ಕತ್ತಲೆ ಕಳೆಯಲು,
              ಚಂದ್ರನು ಬೆಳಕು ತಂದ!
ಮನದಿ ಮೂಡಿದೆ,
              ಒಂದು ಕಥೆಯು.
ಬದುಕಲು ಕಲಿಸಿದ,
              ಒಂದು ವ್ಯಥೆಯು.
ಪ್ರೀತಿಯ ಸಾರ,
              ಹೇಳಲು ಹೊರಟೆ.
ಮುದುಡಿದ ಮನಸ್ಸಿಗೆ,
              ನೀರನ್ನು ಕೊಟ್ಟೆ !
ಬಾಳಿನ ಪಯಣದಿ,
              ನೋವು ನಲಿವು.
ಸಾಗುವ ಸವೆಸಿ,
              ನೆನಪಿನ ಒಲವು.
ಬದುಕಿನ ಪಯಣದಿ,
              ಅರಳಿತು ಹೂವು.
ಪದಗಳೇ ಇಲ್ಲ,
              ವರ್ಣಿಸಲು ಅದರ ಚೆಲುವು!

19. ಸಣ್ಣ ಕವನಗಳು-8

ಪ್ರೀತಿಯ ಕಥೆ

ಬರೆಯಲೇ ನಾನು,
ಒಲವಿನ ಕಥೆಯ!
ಹೇಳುವೆಯೇನು ನಿನ್ನ,
ಪ್ರೀತಿಯ ವ್ಯಥೆಯ!
ಓದಲೇ ನಾನು,
ಮರೆಯದೆ ಆ ಪುಟವ!
ನೀ ನನಗಾಗಿ ಬಂದ,
ದೇವರ ಕೃಪೆಯ.
ಇದುವೇ ನಿನ್ನ ಈ,
ಪ್ರೀತಿಯ ಹೃದಯ!

ಹೃದಯದ ನಡುಕ

ಪ್ರಣಯದ ಸೆಲೆಯಲಿ
ಮೈಯಲಿ ಪುಳಕ!
ಕಡಲಿನ ತಡಿಯಲಿ
ಭೋರ್ಗರೆಯುವ ಜಳಕ?
ಈ ನಿನ್ನಯ ಪ್ರೀತಿಯ ನೋಡಿ
ನಾನಾದೆ ಭಾವುಕ!

ದೋಣಿಯ ಕಥೆ

ಇದುವೇ ನಿನ್ನ ಮಿಂಚಿನ ಹೃದಯ
ಕಾಡಿತು ನನ್ನ ಅರಿಯದ ಹೃದಯ!

ಸೇರಲು ಬಂದು ಬರೆಯಿತು ಕಥೆಯ
ನಾವಿಕನಿಲ್ಲದ ದೋಣಿಯ ವ್ಯಥೆಯ!

20 . ಮೋಸಗಾತಿ

ಪ್ರೀತಿಯ ಹೆಸರಲಿ,
ನೀ ಬಳಿ ಬಂದೆ.
ನನ್ನಲಿ ನೀನು,
ನೂರಾಸೆಯ ತಂದೆ.

ನೀ ನನ್ನವಳೆಂದು ಜೀವ ನಂಬಿತು,
ನೀ ಮಾಡಿದ ಸಂಚಿಗೆ
ಮನಸ್ಸುನೊಂದಿತು.
ಓ ಮೋಸಗಾತಿಯೇ ನೀನೇಕೆ ಓಡುವೇ
ಸನಿಹಕೆ ಬಂದು ಮತ್ತೆ ಕಾಡುವೆ?..........
ಜೊತೆಯಲ್ಲಿ ಕಳೆದ ನಿನ್ನಯ,
ನೆನಪು ನನ್ನ ಕಾಡಿದೆ.
ನಿನ್ನ ಒಲವಿಗಾಗಿ,
ಹೃದಯ ಬೇಡಿದೆ.
ಯಾಕಿ ಮೌನ ಮಾತಾಡು,
ನನ್ನ ಒಲವೇ?
ನೀ ಜೊತೆಗಿದ್ದರೆ,
ನನ ಪ್ರೀತಿ ನಿನದಲ್ಲವೇ!
ಓ ಮೋಸಗಾತಿಯೇ ನೀನೇಕೆ ಓಡುವೇ
ಸನಿಹಕೆ ಬಂದು ಮತ್ತೆ ಕಾಡುವೆ? ....

ಮೋಹಕ ಮಾತಿಗೆ,
ಮನಸ್ಸು ಕರಗಿತು.

ಈ ಪ್ರೀತಿಯು ಸುಳ್ಳೆಂದು,
ಅರಿಯದೆ ಹೋಯಿತು.
ನಿನ್ನಯ ಚೆಲುವು,
ನನ್ನ ಕಾಡಿದೆ.

ಪ್ರೀತಿಯ ಒಲವಿಗೆ,
ಮತ್ತೆ ಬೇಡಿದೆ.
ನೀನಾಗಾಗಿ ಹೃದಯದಿ,
ಮನೆಯ ಮಾಡಿದೆ.
ನಿನ ಕಣ್ಣಾಮುಚ್ಚಾಲೆ,
ಆಟಕ್ಕೆ ಹೃದಯ ಹೊಡೆದಿದೆ.
ಓ ಮೋಸಗಾತಿಯೇ ನೀನೇಕೆ ಓಡುವೇ
ಸನಿಹಕೆ ಬಂದು ಮತ್ತೆ ಕಾಡುವೆ? ....

21 ಸಣ್ಣ ಕವನಗಳು-9

ಕನಸು

ಅರಿಯಲಾರೆ ನೀನು ನನ್ನ ಮನಸ್ಸು.
ಕಾಣುವೆಯೇನು ದಿನ ಕನಸು.
ಮುಸ್ಸಂಜೆಯ ಬಾನು ಬಲು ಸೊಗಸು!
ನನಗೆ ನಿನ್ನನು ನೋಡಿ ಆಯಿತು ಮನಸ್ಸು.
ಪ್ರೀತಿಸುವೆಯೇನು ನೀ ನನ್ನನು ತಿಳಿಸು!

ಮರೆಯಲಾರೆ

ಕಣ್ಣನು ನೋಡಿ ನೀ ಕಾಡಲಾರೆ.
ತಲೆಯನು ನೋಡಿ ನೀ ತಿಳಿಯಲಾರೆ.
ಮನವನು ನೋಡಿ ನೀ ಮರೆಯಲಾರೆ.
ಹೃದಯವ ನೋಡಿ ನೀ ಅರಿಯಲಾರೆ.
ನನ್ನನು ಕಂಡು ನೀ ಮರುಗಲಾರೆ!

22. ನಾ ಸೋತೆ

ನಿನಗಾಗಿ ನಾ ಸೋತೆ,
ಪ್ರೀತಿಯಲಿ ಮೈರೆತೆ!
ಸೆರೆಯಾದೆ ನೋಟದಿ,
ಆ ನಿನ್ನ ಕಣ್ಣ ಸನ್ನೆಗೆ!
ಹೃದಯದ ಅಂಗಳದಿ,
ಬಿಂದಿಗೆಯ ನೀ ತಂದೆ
ತುಂಬಿರಲು ಒಲವಿನ ಬಿಂದಿಗೆ,
ನಸು ನಕ್ಕು ನೀ ನಡೆದೆ.
ನನ ಮನವನು ನೀ ಸೆಳೆದೆ,
ನಿನ್ನ ನೋಡಿದ ನನಗೆ.
ಒಲವಾಯಿತು ಹಾಗೆ,
ನಿನ ಮೇಲೆ ಕನಸಿಯಿತು.
ಪಿಸು ಮಾತು ಬಳಿ ಬಂತು!
ನಿನ್ನನು ಕೂಗಿ
ಎದೆ ಬಡಿತ ಹೆಚ್ಚಾಯಿತು.
ಕೇಳಿಸದೇ ನಿನಗೆ ವಯಸ್ಸಿನ ಬೇಗೆ,
ತಣಿಸುವೆಯ ನನ್ನ
ಪ್ರೀತಿಯ ಬಯಕೆ!
ಸೋತಿರುವೆ ನಾನು,
ನಿನ್ನಯ ಚೆಲುವಿಗೆ.
ಚಂದಾದಾರ ನಾನೆ,
ನಿನ್ನ ಪ್ರೀತಿಗೆ.

ಓ ನನ್ನ ರೂಪಸಿ,
ಬಳಿ ಬಂದೆ ನಿನ್ನ ಅರಸಿ.
ಹೇಳುವೆಯ ಕನಸ,
ಮಾಡುವೆನು ನನಸಾ.
ಕೈ ಹಿಡಿದು ನಡೆಯುವೆ,
ಕೊನೆವರೆಗೂ ಜೊತೆಗಿರುವೆ.
ಬಾಳಿನ ಪಯಣದಿ,
ನಡೆ ನೀನು ಮುಂದೆ
ಬರುವೆನು ಹಿಂದೆ.
ಸಾಗುತಾ ಹೇಳುವ,
ನಾವಿಬ್ಬರೂ ಒಂದೇ.
ನಿನಗಾಗಿ ನಾ ಸೋತೆ,
ಪ್ರೀತಿಯಲಿ ಮೈ ಮರೆತೆ.

23. ಸಮನ್ವಯ ಬಣ್ಣ

ನಿನ್ನಯ ಚೆಲುವು,

ಒಲವಿನ ಬಣ್ಣ.

ನಿನ್ನಯ ನಡಿಗೆ,

ನವಿಲಿನ ಬಣ್ಣ.

ನಿನ್ನಯ ನುಡಿಯು,

ಪ್ರೀತಿಯ ಬಣ್ಣ.

ನಿನ್ನಯ ಸ್ನೇಹ,

ಆಕಾಶದ ಬಣ್ಣ.

ನಿನ್ನಯ ನಗುವು,

ಮಿಂಚಿನ ಬಣ್ಣ.

ನಿನ್ನಯ ಹಾಡು,

ಕೋಗಿಲೆ ಬಣ್ಣ.

ಈ ನಿನ್ನ ಸಮನ್ವಯ ಬಣ್ಣಕೆ ನಾ ಸೋತೆನಣ್ಣ !..........

24. ಓ ನನ್ನ ಚೆಲುವೆ

ಓ ನನ್ನ ಓಲವೇ,
ನೀನು ಎಷ್ಟು ಚೆಲುವೆ.
ಮನಸ್ಸಲ್ಲಿ ಮನೆ ಮಾಡಿ,
ನನ್ನನ್ನು ನೀ ನೋಡಿ.
ಕರೆದಂತೆ ನನಗಾಗಿ,
ಚೆಲುವೆಲ್ಲ ಸೆರೆಯಾಗಿ.
ಮರೆಯಾದೆ ನೀನು,
ಕೂಗಿದರೆ ನಾನು! ....
ಈ ಬದುಕು ಬೇಸರ,
ನಿನ ಪ್ರೀತಿ ಅವಸರ.
ನಕ್ಕು ನೀ ಬಂದರೆ,
ಬಾಳೆಲ್ಲಾ ಸುಂದರ.

ಆಗಸದಿ ನಕ್ಷತ್ರ,
ನಿನ ನೋಡಿ ನಕ್ಕಂತೆ.
ನೀ ಬರುವ ಹಾದಿಯಲ್ಲಿ,
ಮುಳ್ಳೆಲ್ಲ ಹೂವಂತೆ.

ನಿನ್ನ ಕಣ್ಣು ಮಿನುಗುತಿದೆ,
ಮಿಂಚಿನ ನಕ್ಷತ್ರದಂತೆ.
ನನಗೀಗ ಅನಿಸುತಿದೆ,
ನೀ ಕೂಗಿದಂತೆ.

ನೆಡೆಯುವ ದಾರಿಯು,
ಹೂವಿಂದ ತುಂಬಿರಲು.
ನಿನ್ನನು ನಾ ನೋಡಿ,
ಪ್ರೀತಿಯಲ್ಲಿ ಬಳಿ ಬರಲು.

ಹುಣ್ಣಿಮೆ ಚಂದ್ರನೇ,
ಹಾಲಂತೆ ಬೆಳಗುವನು.
ನಮ್ಮನ್ನು ಅರಸುವನು! ....
ಉಲ್ಕೆಗಳು ಬಿದ್ದಂತೆ,
ನೀ ಇಲ್ಲದ ದಿನದಂತೆ.
ಜೊತೆಯಲಿ ನೀ ಇರಲು,
ನಾ ಸ್ವರ್ಗವ ಕಂಡಂತೆ.
ಬಾ ಬಾರೆ ಚೆಲುವೆ,
ಓ ನನ್ನ ಒಲವೇ.
ನಿನಗ್ಯಾಕೆ ನನ್ನಲ್ಲಿ ಛಲವೇ? ....

25 . ಮಳೆ ಹನಿ ಬಿದ್ದಂತೆ

ನೀ ಬಂದು ನೀನಂತಾಗ,
ಮಳೆ ಹನಿಯು ಬಿದ್ದಂತೆ!
ನೀ ಇಲ್ಲದ ಘಳಿಗೆ,
ಭೂಮಿಯೇ ಬರಡಂತೆ!
ಒಲವಿಂದ ಬಳಿ ಬಂದೆ,
ನೀನಗಾಗಿ ನಾ ನಿಂತೆ.
ನೀ ದೂರ ನಿಂತರಲು,
ಜೀವವೇ ಹೋದಂತೆ!
ನನ್ನ ಕನಸಿನ ಅರಮನೆಗೆ,
ರಾಣಿಯು ನೀನಾದೆ!
ನೀನಗಾಗಿ ನಾ ಬರಲು,
ನಿಂತಲ್ಲೇ ಮಾಯವಾದೆ!
ನೀನೊಂದು ಬಂಗಾರ,
ಆದಾಗ ಸಿಂಗಾರ!
ಕನ್ನಡಿಯು ನಾಚೈತೆ ನೋಡಿ
ನಿನ್ನ ಅಲಂಕಾರ!
ನೀ ಬಂದು ನೀನಂತಾಗ,
ಮಳೆ ಹನಿಯು ಬಿದ್ದಂತೆ!
ನೀ ಇಲ್ಲದ ಘಳಿಗೆ,
ಭೂಮಿಯೇ ಬರಡಂತೆ!
ಒಲವಿಂದ ಬಳಿ ಬಂದೆ,
ನೀನಗಾಗಿ ನಾ ನಿಂತೆ!

ನೀ ದೂರ ನಿಂತಿರಲು,
ಜೀವವೇ ಹೋದಂತೆ!

ನೀನೊಂದು ವಧುವಾದೆ,
ನನ್ನ ಬಾಳ ಸತಿಯಾದೆ!
ಸನೀಹಕೆ ನಾ ಬರಲು,
ನನ್ನಿಂದ ದೂರದೇ!
ಆ ನಿನ್ನ ನಗುವು ಮಿಂಚಂತೆ,
ಭೂಮಿಗೆ ಮಳೆ ಹನಿಯು ಬಿದ್ದಂತೆ!
ನೀ ಇಲ್ಲದ ಘಳಿಗೆ,
ಭೂಮಿಯೇ ಬರಡಂತೆ!
ಒಲವಿಂದ ಬಳಿ ಬಂದೆ,
ನೀನಗಾಗಿ ನಾ ನಿಂತೆ.
ನೀ ದೂರ ನಿಂತಿರಲು,
ಜೀವವೇ ಹೋದಂತೆ!

26. ಪ್ರೀತಿಯ ಹೂವೆ

ನನ್ನ ಪ್ರೀತಿಯ ಹೂವೆ,
ನಾ ನಡೆದ ದಾರಿ ಬರಿ ನೋವೆ?
ಮನವು ಬಯಸಿತು ಒಲವು,
ಸೋತ ಮನದ ಗೆಲುವು.
ಆಸೆಗಳು ನೂರು ಮುಳ್ಳಾಗಿರಲು,
ಕನಸುಗಳು ಚೂರಾಗಿರಲು?
ಒಡೆದ ಕನ್ನಡಿಯಾಯಿತು,
ನನ್ನ ಈ ಬದುಕು!
ಪಾಳು ಬಿದ್ದ ಮನದ ಹುಳುಕು.
ಚೂರಾದ ಕನ್ನಡಿಯ,
ನಾ ಬರೆದ ಮುನ್ನುಡಿಯ.
ಸಾಲುಗಳಲಿಲ್ಲ ಹೊಳಪು!
ಬಣ್ಣಿಸಲು ಆ ನಿನ್ನ ತಳುಕು,
ನನ್ನ ಪ್ರೀತಿಯ ಹೂವೆ,
ನಾ ನಡೆದ ದಾರಿ ಬರಿ ನೋವೆ!
ಮುದುಡಿದ ಹೂವಿನ ಅಂದ,
ವರ್ಣಿಸಲು ಏನೂ ಚೆಂದ
ಮುಪ್ಪಾದ ಮನಕೆ,
ಸೋತು ಹೋದ ಬಯಕೆ.
ತೀರಲಿಲ್ಲ ನಾ ಹೊತ್ತ ಹರಕೆ!
ಕೊನೆಗೂ ತೀರದ ಬಯಕೆ,
ನಾಸೋತೆ ನಿನ್ನ ಚಲಕೆ!

ಸಾವಿಗೆ ಮುನ್ನ ಆ ಹೂವು,
        ಸತ್ತ ದೇಹದ ಮೇಲಿನ ಹಾವು.
ಮರೆಯಾಯಿತು ನೋವಿನ ದಾಹ,
        ಮರೆತು ಹೋಯಿತು ದ್ರೋಹ!
ಮಣ್ಣಾದ ಮುದುಡಿದ ದೇಹ,
        ಕೊನೆಯಾಯಿತು ನೀ ಮುಡಿದ,
ಹೂವಿನ ಮೋಹ?
    ನನ್ನ ಪ್ರೀತಿಯ ಹೂವೆ,
        ನಾ ನೆಡೆದ ದಾರಿ ಬರಿ ನೋವೇ!

27 . ಮೌನದ ಅಲೆ

ಮರೆಯಾಯಿತೇ ಬದುಕು,
ಮೌನದ ಅಲೆಯಲಿ.
ಸೆರೆಯಾಯಿತೇ ನಿನ್ನ ಬಿಂಬ,
ನನ್ನ ಕಣ್ಣ ಪುಟದಲಿ.
ಒಲವಾಯಿತೇ ನಿನಗೆ,
ನನ್ನ ಪ್ರೀತಿ ಕಡಲಲಿ.
ಕೈ ಹಿಡಿಯಲೇ ನಿನ್ನ ನಾನು,
ನನ್ನ ಅರಮನೆಯಲಿ.
ಪ್ರೀತಿಯ ಪುಟದಲಿ,
ಗೀಚಲೇ ನಿನ್ನ ಹೆಸರು.
ಸವಿಗನಸು ಕಾಣುವಾಗ,
ನೀನೇ ನನ್ನ ಉಸಿರು.
ಈ ಪಯಣದಿ ಸಾಗುವೆ,
ನಿನ್ನಯ ಕನಸು ಹೊತ್ತು.
ಬರುವೆಯಾ ಜೊತೆಯಾಗಿ,
ಮೌನದ ಸೆಲೆಯ ಕಿತ್ತು!..........

28. ಚೆಲುವೊಂದು ನಗುತಿರಲು

ಈ ರೂಪ ಅಪರೂಪ,
ಪ್ರೀತಿಯ ಸ್ವರೂಪ.
ಚೆಲುವೊಂದು ನಗುತಿರಲು,
ನೆನಪೊಂದು ಬಳಿಯಿರಲು.
ಕೆನ್ನೆಯ ಸವರಿರಲು,
ನಿನ್ನ ನೆನಪು ನನಗಾಯಿತು.
ಮನಸಲ್ಲಿ ಮರೆಯಾಗಿ,
ಕನಸೊಂದು ಸೊಗಸಾಗಿ.
ಬಳಿ ಬಂದು ನನಕೂಗಿ,
ಕಣ್ಣ ಮುಚ್ಚಿ ಕಣ್ಣ ಬಿಡಲು.
ನೀ ನಿಂತೆ ಎದುರಾಗಿ! ....
ನಿನ್ನ ಅಂದ ಮಕರಂದ,
ನೀ ಮೂಡಿದ ಹೂವು ಚೆಂದ!
ಕಿರುಗಣ್ಣ ನಿನ್ನ ನೋಟ,
ಕಾಡುವ ತುಂಟಾಟ.
ನಿನ ಮಾತು ಮೋಹಕ,
ನಾ ನಿನಗೆ ಗ್ರಾಹಕ.
ನಿಡುವೆಯ ರಸಪಾಕ,
ದುಂಬಿಯು ನಾನಾಗಿ.
ನಿನ ಒಲವಲ್ಲಿ ತೇಲೋಗಿ?
ಬರುವೆಯಾ ಸನಿಹ
ಬರೆವೆನು ಪ್ರೀತಿಯ ಬರಹ..........

29. ದೇವರು

ಸಾವು ನೋವಿನ ಭಯದಲ್ಲಿ,
ನೀ ಬೇಯುವ ಏಕಮ್ಮ!
ಕಾಣದ ಆ ದೇವರ ನೆನಪಿನಲಿ
ಭಜನೆಯು ಏಕಮ್ಮ!
ಚಿಂತೆ ಎಂಬ ಸಂತೆಯಲಿ
ನೀ ಕೊರಗುವೆ ಏಕಮ್ಮ!
ದೇವರು ಬಂದು ಎದುರಲ್ಲಿ
ನಿಂತರೆ ನೀ ಕೇಳುವೆ ಏನ್ನಮ್ಮ!
ಸಾವನು ಬಲ್ಲವರು ಯಾರಿಹರು
ನೀ ತಿಳಿಸುವೆ ಏನಮ್ಮ!
ಕಲ್ಲಿನ ದೇವರ ಮುಂದೆ
ನಿನ ಹರಕೆಯು ಏನಮ್ಮ!
ದುಡ್ಡಿನ ಆಸೆ ಮೋಹದ ಕನಸು
ಹೊತ್ತು ಬಾಳುವರು ನನ್ನಮ್ಮ!
ಹಸಿದ ಹೊಟ್ಟೆ ಹರಿದ ಬಟ್ಟೆ
ಕಂಡರೆ ನೂಕುವರು ಏಕಮ್ಮ!
ಮನಸಿನ ಕಥೆ ನೋವಿನ ವ್ಯಥೆ
ಏನಿದು ಗೊಳ್ಳಮ್ಮ!
ಎಲ್ಲವ ಅರಿತ ಮಾನವರು
ಸಾಧಿಸುವರು ಏನಮ್ಮ!
ನಾನು ನನ್ನದು ಎಂದುಮೆರೆದವರೆಲ್ಲ
ಹೋದರು ಮರೆಯಾಗಿ ಕಾಣಮ್ಮ!

ದ್ವೇಷದ ಜೀವನ ಸೇಡಿನ
        ಮೈಮನ ಬಿಟ್ಟು ಬಾಳುವರೆನ್ನಮ್ಮ!
ನಂಬಿಕೆ ದ್ರೋಹ ನಗುತಾ ಮೋಸ
        ಮಾಡುತ ನಟಿಸುವರು ಯಾಕಮ್ಮ!
ಏನೆ ಸಾದಿಸು ಬೇರೊಬ್ಬರ ನೋಯಿಸು,
        ಆರು ಮೂರಡಿ ಗುಂಡಿಯೇ
ಜೀವನದ ಕೊನೆಯಮ್ಮ!
        ಬಾಳಲಿ ಒಲವು ನೋವಲು ನಲಿವು,
    ಮಮತೆಯ ಕರುಣೆ ಪ್ರೀತಿಯ ಬೆಳಕು
        ತೋರಿದವರು ಉಳಿವರು ಸೇರುವರು
    ದೇವರ ಪಾದವಮ್ಮ !..........

30. ಮೌನವಾದೆ ನೀನು

ನಿನ್ನ ಕಣ್ಣ ನೋಟದಿ ಸೆರೆಯಾದೆ ನಾನು.
ಮೋಹಕ ಮಾತಿಗೆ ಬೆರಗಾದೆ ನಾನು.
ಮನ ಬಿಚ್ಚಿ ಒಮ್ಮೆ ಪ್ರೀತಿ ಹೇಳಲೇನು.
ಹೋ ಹುಡುಗಿ ಯಾಕೆ ಮೌನವಾದೆ ನೀನು?

     ನಿನ್ನ ಕಣ್ಣ ರೆಪ್ಪೆಯಕಾಡಿಗೆಯು ಕಪ್ಪು.
     ಆ ನಿನ್ನ ತುಟಿಗಳ ಬಣ್ಣ ಸ್ವಲ್ಪ ಕೆಂಪು.
     ಗುಳಿ ಬಿದ್ದ ಕೆನ್ನೆ ಹಾಲಿನಂತೆ ಹೊಳಪು.
     ಬ್ರಹ್ಮನಿಗೂ ಅನಿಸಿದೆ ನಾ ಸೃಷ್ಟಿ ಮಾಡಿದೆ ತಪ್ಪು?
     ಹೋ ಹುಡುಗಿ ಒಮ್ಮೆಮಾತನಾಡು ನೀನು,
     ಕಣ್ಣಲೇ ಚೂರಿ ಹಾಕಿಕೊಲಬೇಡ ಇನ್ನು!

ನಿನ್ನ ಕಂಡ ನನ್ನ ಮನಕೆ ಪ್ರೀತಿಸುವ ಆಸೆ.
 ಮನದಲ್ಲಿ ಯಾಕೋ ಇಂದು,
 ಬೇಯುತಿದೆ ನೂರಾರು ಕನಸೇ.
ಹೃದಯದಲಿ ಬಡಿಯುತಿದೆ ನಿನ್ನ ಪ್ರೀತಿ ವಾದ್ಯ.
ಕೇಳಿ ಹೇಗೆ ಸುಮ್ಮನಿರಲಿ ಆ ಸಂಗಿತವನ್ನು ಸದ್ಯ.

     ದೇಹವೇಕೋ ಕುಣಿಯುತಿದೆ ನಿನ್ನ ಹಾಡು ಕೇಳಿ!
     ಸಾಕು ಮಾಡು ಆಟವನ್ನು ನಿನ್ನ ಪ್ರೀತಿ ಹೇಳಿ.
     ಹೋ ಹುಡುಗಿ ಯಾಕೆಮೌನವಾದೆ ನೀನು,
     ಹಾಗೆ ಒಮ್ಮೆ ನಿನ್ನ ಬಾಚಿ ತಬ್ಬಿಕೊಳ್ಳಲೇನು?..........

31. ಕೆಂಪು ಕೆನ್ನೆ ತುಂಟಿ

ಕೆಂಪು ಕೆನ್ನೆ ತುಂಟಿ ನೀನು ತುಂಬಾ ಬ್ಯೂಟಿ.
ನಿನ್ನ ನಗುವ ಕಂಡ ನನ್ನ ಮನವು ಕೆಂಡ.
ಪ್ರೀತಿ ಅರಸಿ ಬಂದೆ ಸೊಬಗ ನೋಡಿ ನಿಂದೆ.
ಯಾಕೋ ನಿನದೆ ಧ್ಯಾನ ಸಾಕು ಇನ್ನು ಮೌನ.

ಮಾತು ತುಂಬಾ ಇಂಪು ಕೇಳಿ ಹೃದಯ ತಂಪು.
ನಡೆವ ನಡಿಗೆ ನವಿಲು ನನಗೆ ಏಕೋ ಅಮಲು!
ನಿನ್ನ ಕಣ್ಣ ಸನ್ನೆ ಕಾಡುತಿದೆ ನನ್ನೇ?
ನಿನ್ನ ಮಾತು ನೆನಪು ಚೆಲುವೆಲ್ಲ ಹೊಳಪು.
ಕೆಂಪು ಕೆನ್ನೆ ತುಂಟಿ ನೀನು ತುಂಬಾ ಬ್ಯೂಟಿ!

ನೀನು ನಡೆವ ದಾರಿ ಹಕ್ಕಿಯೊಂದು ಹಾರಿ.
ಚಿಲಿಪಿಲಿ ಸದ್ದು ಸಾರಿ ಹೇಳಿದೆ ನೀನು ತುಂಬಾ ಪ್ಯಾರಿ!
ನೋಟದಲಿ ಬಾಣ ಹಾರಿತು ಈ ರಾಮನ ಪ್ರಾಣ.
ನಿನ್ನ ಬಲೆಗೆ ಬಿದ್ದ ಹೃದಯವನ್ನು ಕದ್ದ.

ಪ್ರೀತಿಯನ್ನು ಗೆದ್ದ ಸೀತೆಯನ್ನೇ ಬಿಟ್ಟ.
ನಿನ್ನ ಕನಸು ತೊಟ್ಟ ಲಂಕೆಯನ್ನೇ ಸುಟ್ಟ?
ಈ ನಿನ್ನ ರಾಮ ಪ್ರೀತಿಯಲಿ ಶ್ಯಾಮ.
ಕೆಂಪು ಕೆನ್ನೆ ತುಂಟಿ ನೀನು ತುಂಬಾ ಬ್ಯೂಟಿ!

32. ಬದುಕಿನ ಬಣ್ಣ

ಬದುಕಿನ ಬಣ್ಣ ಬಾಯ್ತೆರೆದಾಗ,
ಜೀವನಕೆಲ್ಲಿದೆ ಸೊಗಸು?
ಸುಡುವ ಬೆಂಕಿಗೆ ನೀರರೇದಾಗ,
ಕೆಂಡದ ನನಸೊಂದು ಕನಸು!
ಮನಸಲಿ ಕೋಲಾಹಲದ,
ಕೆಂಡ ಸೃಷ್ಟಿಸಿದೆ ನನ್ನ ಈ ವಯಸ್ಸು.
ಅರಿಯುವ ಮುಂಚೆ ತಾಗಿದರೆ ಕೆಂಡ,
ಜೀವನವೇ ಸುಟ್ಟಂತ ಕನಸು!
ಕಾಮನಬಿಲ್ಲಿನ ಬಣ್ಣವು,
ನನ್ನಯ ಮನದ ದಿರಿಸು!
ಮೋಡವು ಮರೆಮಾಡಿ,
ಸಿಡಿಲೊಂದು ಜೊತೆಗೂಡಿ.
ಮಳೆ ಹನಿಯು ಭೂಮಿಗೆ,
ಬಿದ್ದಂತೆ ಸೊಗಸು!
ನಾ ನಡೆವ ದಾರಿಯು ಬೆಂಕಿಯ ಸುಟ್ಟಂತೆ,
ಮುಳ್ಳೊಂದು ನನ್ನೆದೆಯ ಚುಚ್ಚಿ
ಇರಿದಂತೇ ಯಾಕಿ ನನಗಿ ಕನಸು.
ನೋವೊಂದು ಮನೆಮಾಡಿ,
ಮಂಜಲ್ಲಿ ಕೆಂಡವು ಕರಗಿದಾಗಿದೆ
ನೀ ಕೊಟ್ಟ ಒಲವಿನ ಬಣ್ಣ!
ನೀ ಮೂಡಿದ ಹೂವೊಂದು ಹೇಳಿದೆ
ನಾನೀಗ ನೀರಲ್ಲಿ ಬೆಂದ ಸುಣ್ಣ.

ನೂರಾರು ಕನಸು ಚೂರಾದ ಮನಸು

ಯಾಕೀಗೆ ಯಾತನೆ
     ಮನದಲ್ಲಿ ವೇದನೆ
ನೀರಿಲ್ಲದ ಮರುಭೂಮಿಯ ರೋಧನೆ!
      ಬಂಜರು ನೆಲದಲ್ಲಿ, ಮುಂಗಾರು,
ಮಳೆ ಹನಿ ಬಿದ್ದಂತೆ.
     ನೀನಗಾಗಿ ನಾ ಕಾದು,

ಕೊನೆಯಾಗೋ ಜೀವಕೆ
        ಗುಟುಕೊಂದು ನೀರು ಸಿಕ್ಕಂತೆ!
ಸುಡುವ ಬೇಸಿಗೆ ಕೊರೆವ ಚಳಿಗೆ,
      ಮೈಮನ ಮಾಗಿದೆ.
ಬೆಂದ ಮನವು ನೊಂದ ಒಲವು,
      ಕಥೆಯ ಹೇಳಿದೆ.
ಕೆಣಕುವ ವಯಸ್ಸು, ಹದಿಹರೆಯದ ಕನಸು,
      ಎಚ್ಚರವಿಲ್ಲದೆ ಹೋದರೆ!
ಬಾಳೊಂದು ಬೂದಿಯ ಬಣ್ಣ.
      ಪ್ರೀತಿಯ ಜೀವನ ಎದುರಿಗೆ,
ಬಂದಾಗ ಕಾಮನಬಿಲ್ಲು
      ಸಾರಿದೆ ಗೆಲುವಿನ ಬಣ್ಣ!

69

33. ಮುಳ್ಳಾಗಿದೆ ಮನಸ್ಸು

ಮುಳ್ಳಾಗಿದೆ ಮನಸ್ಸು ಕಣ್ಣೀರಲಿ!
ಕನಸಾಗಿದೆ ನನಗೆ ನಿನ್ನ
ಪ್ರೇಮದ ಬಲೆಯಲ್ಲಿ!
ಒಲವಾಗಿದೆ ನಿನ್ನ ಹಠದಲ್ಲಿ.
ಸೆರೆಯಾಗುವೆ ನಾನು,
ನಿನ್ನ ನೋಟದಲಿ.
ಮಗುವಾಗುವೆ ನಾನು,
ನಿನ್ನ ಪ್ರೀತಿ ಕಡಲಲ್ಲಿ.
ಪ್ರೀತಿಸುವೆ ನಿನ್ನ ನಾನು,
ಪ್ರೀತಿಯ ನಲಿವಲ್ಲಿ.
ಸಾಕುವೆನು ನಿನ್ನ,
ನಾನು ಅಂಗೈಲಿ.
ಕೊಡುವೆಯ ಪ್ರೀತಿಯನ್ನು,
ನಿನ್ನ ಪುಟ್ಟ ಹೃದಯದಲಿ!
ನಿನ್ನ ನಗುವೇ ನನ್ನ ಕನಸು,
ಪ್ರೀತಿಯಲಿ ಹೇಳು ಬಿಚ್ಚಿ ಮನಸು.
ಪೂರೈಸುವೆ ನಾನು ನಿನ್ನ ಕನಸ್ಸು!
ಸೊಗಸಲ್ಲವೇ ಈ ಪ್ರೀತಿಯ ವಯಸ್ಸು.
ನಗುತಾ ನಲಿವ ನಾವು,
ಸವಿಯುತ ಜೀವನದ ನನಸ್ಸು.

34. ಆ ಕ್ಷಣಾ

ಮುಂಗಾರು ಮಳೆಯಾಗಿ,
ಮರವೆಲ್ಲ ಹಸಿರಾಗಿ.
ಕಾಡೆಲ್ಲಾ ಸೊಂಪಾಗಿ,
ಗಾಳಿಯು ಜೋರಾಗಿ.
ಬಿಸಿದಾ ಹಾಗಿದೆ ನನ್ನ ಈ ಮನ,
ನಿನ್ನನ್ನು ನಾ ಕಂಡ ಆ ಕ್ಷಣಾ!
ಪ್ರೀತಿಯು ಮೊಗ್ಗಾಗಿ,
ಆ ಮೊಗ್ಗು ಹೂವಾಗಿ.
ಜೇನೊಂದು ಮುತ್ತಿಟ್ಟು ,
ಮಕರಂದ ಹೀರಿದ
ಹಾಗಿದೆ ನನ್ನ ಈ ಮನ.
ನಿನ್ನ ಮುಟ್ಟಿದ ಆ ಕ್ಷಣಾ!
ಜೇನೊಂದು ಊಟಿ ಕಟ್ಟಿ,
ಮಕರಂದ ಹಿರಿ ಬಿಟ್ಟಿ
ಸಿಹಿಯನ್ನು ಕೂಡಿಟ್ಟಿ
ರುಚಿ ನೋಡಲು ಕರೆದಂತಿದೆ.
ನನ್ನ ಈ ಮನ,
ನೀ ಸೋಕಿದ ಆ ಕ್ಷಣಾ!
ಬಂದೆಯಾ ಊರಿಗೆ,
ಬರುವೆಯಾ ನೀರಿಗೆ.
ನೀರು ತುಂಬಿದ ಬಿಂದಿಗೆ,
ನನಗೇಕೋ ಬಾಯಾರಿಕೆ.

ಕುಡಿದಾಗ ನನ್ನ ಈ ಮನ,
ನಿನ್ನ ಪ್ರೀತಿ ಸವಿದ ಆ ಕ್ಷಣಾ.
ಮನಸಲಿ ಯಾತನೆ,
ಯಾತಕೋ ವೇದನೆ.
ನಿನಗಾಗಿ ರೋಧನೆ,
ನೀನು ಇರದ ನನ್ನ ಈ ಮನ
ನೀ ಮರೆಯಾದ ಆ ಕ್ಷಣಾ !..........

35. ನಮ್ಮ ಸವಾರಿ

ದಾರಿಯಲ್ಲಿ ಬೈಕು ಏರಿ,
ಹೊರಟಿತು ನಮ್ಮ ಸವಾರಿ.
ಅಕ್ಕ ಪಕ್ಕ ಮರದ ಸಾಲು,
ಕೈ ಬಿಸಿ ಕರೆದ ಹೊನಲು.
ತಂಗಾಳಿಯಲಿ ನಾವು ತೇಲಿ,
ತೂಗಿದಂತೆ ಬೈಕ್ ಗಾಲಿ.
ಕ್ರಮಿಸಿದೆವು ತುಂಬಾ ದೂರ,
ಮರೆತು ನಮ್ಮ ನೋವ ಭಾರ.
ಲಕ್ಕವಳ್ಳಿ ಡ್ಯಾಂ ಬಂತು,
ನೀರು ಹಾಲಿನಂತೆ ಸುರಿಯುತ್ತಿತ್ತು.
ನೋಡಲೆಷ್ಟು ಚೆಂದ,
ತುಂಬಿದ ಡ್ಯಾಂ ಅಂದ.
ಮತ್ತೆ ಹೊರಟ ನಮ್ಮ ಪಯಣ,
ಆಗುಂಬೆಯ ಸೂರ್ಯನ ಸ್ವರ್ಣ.
ಘಾಟಿಯಲ್ಲಿ ರಸ್ತೆ ತಿರುವು,
ಖುಷಿಗೆ ಲಗ್ಗೆ ಇಟ್ಟ ಒಲವು.
ಬೆಟ್ಟದ ಕೆಳಗಿನ ಊರು,
ಕೃಷ್ಣನಾ ತವರೂರು.
ದರ್ಶನ ಪಡೆದ ಮನ.
ಹೇಳಿತು ಉಡುಪಿ ಕೃಷ್ಣನಿಗೆ ನಮನ.
ಸಮುದ್ರದ ಕಡಲ ತೀರ,
ಮರಳಿನಲ್ಲಿ ರಚಿಸಿದ ತೇರಾ.

ಅಲೆ ಬಂತು ರಭಸದಲ್ಲಿ,
ಕೊಚ್ಚಿ ಹೋಯಿತು ಗೋಪುರ.
ಮನಸ್ಸು ಏಕೋ ತುಂಬಾ ಶಾಂತ,
ಪ್ರೀತಿಸಿದ ಹುಡುಗಿ ಕಾಂತಾ.
ಸುತ್ತುತ ಊರು ಊರು,
ಸಾಗಿತು ನಮ್ಮ ಒಲವ ತೇರು.

36. ಹೊಸ ವರುಷ

ಬಂದಾಯ್ತು ಹೊಸ ವರುಷ,
ತಂದಿತೇ ಹೊಸ ಹರುಷ?
ನಾದವೆಂಬ ಹೊಸತನಕೆ,
ಶೃತಿಯೊಂದು ಮಿಡಿದಂತೆ.
ಪದಗಳ ಸಾಲು ಕವನಗಳ ಹೊನಲು,
ಮಿಂಚಿತೆ ಹಾಡು ಕುಣಿದೀತೆ ನವಿಲು.
ಸಾಹಿತ್ಯಕ್ಕೆ ಸಂಗೀತದನಾದ,
ನಾಟ್ಯಾಕೆ ನರ್ತನದ ಶೋಧ!
ಸುಟ್ಟು ಬದುಕೊಂದು ಹೇಳಿದ,
ಕಥೆಗೆ ಜೀವವೇ ನೀನಾದೆ.
ಜೀವನದಿ ನೊಂದ ಆ,
ಕಥೆಗೆ ನಾಯಕ ನಾನಾದೆ!
ಕೈಕೊಟ್ಟ ಹುಡುಗಿ ಬಳ್ಳಾಲಿಲ್ಲ,
ನೊಂದನು ಹುಡುಗ ನೋವಲ್ಲಿ.
ಕೊನೆಯಾಯಿತು ಕಥೆಯು,
ಇಬ್ಬರ ಪ್ರೀತಿಯ ವ್ಯಥೆಯು.
ಬಂದಾಯ್ತು ಹೊಸ ವರುಷ,
ತಂದಿತೇ ಹೊಸ ಹರುಷ?
ಸಿಗಬಹುದೇ ರಸ ನಿಮಿಷ.
ಜೀವನವೆಂಬ ಪುಟದಲ್ಲಿ,
ಗೀಚಬಹುದೇ ನಿನ್ನ ಹೆಸರು?
ಪ್ರೀತಿಯಲಿ ಬಳಿ ಬಾರೆ

ನೀನೆ ನನ್ನ ಉಸಿರು.

ಕಾಯುತಿದೆ ದಿವಸ ನೀ ಬರಲು ಸನಿಹ,

ಹೊಸ ವರುಷಕೆ ನವ ಬೆಳಕು ಬಂದಂತೆ.

ಬಾಳಿಗೆ ಹೊಸ ಚಿಗುರು ನಿನ್ನಂತೆ,

ನಿನಗಾಗಿ ಈ ಹೃದಯ ಮಿಡಿದಂತೆ

ಹೊಸತನಕೆ ಸ್ಫೂರ್ತಿಯು ಕರೆದಂತೆ!

37. ಮುಂಜಾನೆ ಮಂಜಲ್ಲಿ

ಮುಂಜಾನೆ ಮಂಜಲ್ಲಿ!
ತಿಳಿ ನೀಲಿ ಆಗಸದಿ!
ಬಿಳಿ ಮೋಡದ ಸೊಗಸಲಿ,
ಕಿರಣದ ಬೆಳಕೊಂದು
ಭೂಮಿಯ ಚುಂಬಿಸಲೂ
ಸೂರ್ಯಕಾಂತಿ ಹೂವೊಂದು
ನಸುನಕ್ಕು ತಿರುಗಿತು.
ಒಲವಾಯಿತು ನನಗೆ ನಿನ್ನ ಮೇಲಿ ಹಾಗೆ!......................

ಹಸಿರಿನ ಗರಿಕೆಯ ಮೇಲೆ
ನೀರಿನ ಹನಿಯೊಂದು
ನೆಲವನ್ನು ತಾಗಿರಲು
ಒಲವಾಯಿತು ನನಗೆ ನಿನಮೇಲೆ ಹಾಗೆ!........................

ಹಕ್ಕಿಯ ಚಿಲಿಪಿಲಿ ಸದ್ದು
ಕೋಗಿಲೆಯ ಕೂಗು
ನವಿಲಿನ ನಾಟ್ಯ
ನೋಡುತ ಮೈ ಮರೆತು
ನಲಿಯುತ ಸ್ವರ್ಗವ ಕಂಡಿರಲು
ಒಲವಾಯಿತು ನನಗೆ ನಿನಮೇಲೆ ಹಾಗೆ!.......................

ತಂಗಾಳಿಯಲಿ ತೇಲುತ
ನೀರಿನಲಿ ಈಜುತಾ
ದೋಣಿಯೊಂದು ದಡದಲ್ಲಿ

ನಿನ್ನನ್ನು ಹುಡುಕುತ ಹೇಳಿತು
ಒಲವಾಯಿತು ನನಗೆ ನಿನಮೇಲೆ ಹಾಗೆ!.......................

ಪ್ರೀತಿಯ ಕಡಲಲಿ
ಸಮುದ್ರದ ಅಡಿಯಲಿ
ಮುತ್ತೊಂದು ಕಂಡಿರಲು
ಮೀನೊಂದು ಚುಂಬಿಸಲು
ಒಲವಾಯಿತಯ ನನಗೆ ನಿನಮೇಲೆ ಹಾಗೆ!....................

38. ಒಲವಿನ ತೋರಣಕೆ

ಸೆರೆಯಾಗುವೆ ನಾನು,
ನಿನ್ನ ನಲಿವಿನ ತೋರಣಕೆ.
ಜೊತೆಯಾಗುವೆ ನಾನು,
ಬಾಳಲ್ಲಿ ಕೈಯಿಡಿದು.
ಹೃದಯಕ್ಕೆ ಒಳ ಕರೆದು,
ನೀನ ನಾಡಿ ಬಡತವೇ
ನಾನಾಗುವೇ ಇಂದು.
ಪ್ರೀತಿಯ ಸುರಪಾನ,
ನೀ ಕೊಡುವ ಮಧುಪಾನ.
ಮತ್ತೇರಲು ನನಗೆ,
ವಶವಾಗುವೆ ನಾನು.
ಜೀವನದಿ ಜೊತೆಯಾಗಿ,
ಮನಸ್ಸಲ್ಲಿ ತೇಲೋಗಿ.
ಒಲವಲ್ಲಿ ಮರೆತೋಗಿ,
ವಯಸ್ಸೊಂದು ನಿನಕೂಗಿ.
ಕರೆದಂತೆ ನನಗಾಗಿ,
ಬಳಿಬಂದೆ ನಿನಗಾಗಿ.
ಈ ಬಾಳು ಅತಿ ಸೊಗಸು,
ನಮ್ಮದೊಂದು ಹೊಂಗನಸು.
ನನಸಾಗಲು ಕನಸು,
ಮುನ್ನಡೆಯೋಣ
ಜೊತೆಯಿರುವೆ ನಾ! ....

39. ನಮ್ಮೂರು

ಈ ಊರು ನಮ್ಮೂರು ಆ ಊರು ನಿಮ್ಮೂರು!
ಮಧ್ಯೆ ಒಂದು ಮೈಲೀ ದೂರ,
ನಿನಗಾಗಿ ಬಂದೆ ನಿನ್ನ ನೋಡುತ ನಿಂದೆ.
ಮುಂಗಾರು ಮಳೆಯಲಿ ತಣ್ಣನೆ ಗಾಳಿಯಲಿ!
ನೆಲದಲ್ಲಿನ ಕೆಸರಲಿ ಚುಮು ಚುಮು ಚಳಿಯಲಿ!
ನೆಡೆದಾಡುತ ದಾರಿಯಲಿ ನಾ ಬಂದೆ ನಿನ ನೋಡಿ
ಪ್ರೀತಿಯಲ್ಲಿ ಹೊಡಿ ಹೊಡಿ.
ಬಿಸಿ ಕಾಫಿ ರುಚಿಯಲ್ಲಿ,
ಬೆಚ್ಚಗಿನ ಗೂಡಲಿ ಒಲವಿನ ಹಿತದಲಿ.
ಸವಿರುಚಿಯ ಕಂಡೆ ಸವಿಯುತ ನಾ ನಿಂದೆ.
ತಣ್ಣನೆ ಚಳಿಯಲಿ ಬೆಂಕಿಯ ಬಲೆಯಲಿ
ಬಿಸಿತಾಗುತ ಕೂತೆ.
ನೀ ಬರಲು ಬಳಿಯಿರಲು ನಿನ್ನಂದಕೆ ನಾ ಸೋತೆ!

40. ಸುಂದರಿ

ಒರೆ ಕಣ್ಣ ಸುಂದರಿ,
ನಿನ್ನ ಮಾತು ಪಾನಿಪುರಿ!
ನಡೆವ ನಡಿಗೆ ನವಿಲು,
ನನಗೇ ಏಕೋ ಅಮಲು!

ಪ್ರೀತಿಯಲಿ ತುಂಬಾ ಪೈನ್.
ಯೋಚಿಸುತಿದೆ ನನ್ನ ಬ್ರೈನ್.
ನಿನ್ನ ನಗುವು ಒಂದು ವೈನ್.
ನೋಡಿದಾಗ ಕಡಿಮೆ ಸ್ಟ್ರೈನ್.

ಎಲ್ಲರಲ್ಲೂ ನಿನ್ನ ಸ್ನೇಹ,
ಪ್ರೀತಿಗಾಗಿ ನಿನ್ನ ಮೋಹ.
ಕಾದು ಕುಳಿತ ಹುಡುಗರೆಲ್ಲ,
ನಡುದಾರಿಯಲ್ಲಿ ಶಿವ ಶಿವ!

ನೀನು ತುಂಬಾ ಮುದ್ದು ಹುಡುಗಿ,
ಕಣ್ಣಿನಲ್ಲೇ ಕಾಡೋ ಬೆಡಗಿ.
ನಿನ್ನದಿರಿಸು ತುಂಬಾ ನೈಸ್,
ಹೃದಯದಲ್ಲಿ ಇಟ್ಟಂಗೆ ಐಸ್.
ನಿನಗಾಗಿ ನಾನು ಕಾದು ಕುಳಿತೆ,
ಪ್ರೀತಿಸುವೆನು ನಿನ್ನ ವನಿತೆ.

ಒಮ್ಮೆ ನನ್ನ ತಿರುಗಿ ನೋಡು
ರಾಮನಂತೆ ನನ್ನ ಪಾಡು!

ಒರೆ ಕಣ್ಣ ಸುಂದರಿ ಮಾತು
ಒಂದು ಪಾನಿಪುರಿ!
ಸಾಕು ನಿನ್ನ ಪಿರಿ ಪಿರಿ ಹಿಂದೆ ಬಿದ್ದ,
ಹುಡುಗರ ಜೀವನ ಕಿರಿ ಕಿರಿ!

41. ಮೌನವೇ ಮಾತಾದಾಗ

ಮೌನವೇ ಮಾತಾದಾಗ,
ಮಾತಿಗೆಲ್ಲಿದೆ ಬೆಲೆ.
ನಗುವೇ ನೆನಪಾದಾಗ,
ದುಃಖದ ಕೊಲೆ.
ಪ್ರೀತಿಯೇ ವಿಷವಾದಾಗ,
ಪ್ರೇಮವೆ ಹುರುಳು.
ಖುಷಿಯೇ ಬೆಳಕಾದಾಗ,
ನೋವಿಗೆಲ್ಲಿದೆ ನೆರಳು.
ಮನಸ್ಸು ಕಲ್ಲಾದಾಗ,
ಭಾವನೆಗೆಲ್ಲಿದೆ ದಿನ.
ನೋವು ಮರುಕಳಿಸಿದಾಗ,
ಚಿಂತೆಯಲ್ಲಿ ಈ ಮನ.
ನೆನಪು ಕೊಲೆಯಾದಾಗ,
ಸಾವು ಕೂಡ ಸುಖ.
ವಯಸ್ಸು ಮರೆಯಾಗುವಾಗ,
ಯೌವ್ವನ ಕೂಡ ನರಕ.
ಸೌಂದರ್ಯ ಅಳಿಸಿದಾಗ,
ವಿಕಾರವೇ ಶತ್ರು!
ಬುದ್ಧಿ ಕಳೆದೋದಾಗ,
ದಡ್ಡನೇ ಮಿತ್ರ.
ನಾನು ಎನ್ನುವಾಗ,
ನನ್ನವರು ಎನ್ನುವುದು ಭ್ರಮೆ!

ದುಡ್ಡಿನ ಮದವೇರಿದಾಗ,
        ಮಾನವೀಯತೆಯೇ ವಿಮೆ.
ಜೀವವೇ ಹೋದಾಗ,
        ಹುಟ್ಟು ಒಂದು ಅಚ್ಚರಿ.
ಸಾವು ಬಂದಾಗ,
        ಮನುಷ್ಯ ಕೂಡ ನಿಶಾಚರಿ!

42. ನಮ್ಮ ಕನ್ನಡ ನುಡಿ

ನಾವು ಎಲ್ಲಾ ಒಂದೇ ಎಂದು
ಬಾಳುತಿಹೆವು ಒಟ್ಟಿಗೆ!
ನಾಡ ಕಟ್ಟಲೆಂದು ಒರಟು
ಮಾಡುತಿಹೆವು ಪ್ರೀತಿ ಇಟ್ಟಿಗೆ!
ಅನ್ನಬೆಳೆದು ಚಿನ್ನ ತೆಗೆವ
ನಮ್ಮ ನಾಡು ಕನ್ನಡ!
ಅರಿಸಿನ ಕುಂಕುಮವಿಟ್ಟು
ಕನ್ನಡ ತಾಯಿ ಇಹಳು ಸಂಗಡ!
ವಿದ್ಯೆ ಕಲಿಸಿ ಅನ್ನ ನೀಡಿ
ಬಾಳು ಬೇಳಗೋ ನಾಡಿದು!
ಇತಿಹಾಸವನ್ನು ಸಾರೋ
ಚರಿತ್ರೆ ಹೇಳ್ಳೋ ನಮ್ಮ ಕನ್ನಡ ನುಡಿಯಿದು!
ಮಾನವೀಯತೆಯ ಮೆರೆದು
ಪ್ರೀತಿಯಿಂದ ಕೈ ಹಿಡಿದು!
ನಡೆಸೋ ನಾಡು ಕನ್ನಡ!
ನಾಡಿಗಾಗಿ ಜೀವ ಬಿಟ್ಟ
ನುಡಿಗಾಗಿ ಪಣವ ತೊಟ್ಟ
ಜನರ ನುಡಿಯೇ ಕನ್ನಡ!
ಕಾವೇರಿ ಹುಟ್ಟಿ ತುಂಗಾ ಭದ್ರೆ
ಹರಿವ ನಾಡಿದು ಕನ್ನಡ!
ಹಚ್ಚ ಹಸಿರ ಹುಟ್ಟ ಸಹ್ಯಾದ್ರಿಯ
ಬೆಟ್ಟವಿರುವ ನಾಡು ಕನ್ನಡ!

ಒಲವ ಬಿತ್ತಿ ಚಲದಿ ಬೆಳೆದ
ನಮ್ಮ ನಾಡು ಕನ್ನಡ!
ಪ್ರೀತಿ ಹಂಚಿ ಮನವ ಗೆದ್ದು
ಕೂಡಿ ಬಾಳು ಸಂಗಡ!

43. ಬರವೇ

ಬಂಗಾರದ ದೇವರಿಗೆ
ಸಿಂಗಾರವ ಮಾಡದಿರೆ
ಚೆಲುವಿಗೇನು ಬರವೇ?........................

ಪ್ರೀತಿಯ ತಂಬೂರಿಗೆ
ತಂತಿಯ ಮೀಟಿದೊಡೆ
ನಾದಕೇನು ಬರವೇ?......................

ಶೃಂಗಾರದ ಚೆಲುವೆಗೆ
ಸಿಂಗಾರದ ಹೂವಿಲ್ಲದೊಡೆ
ನಾಟ್ಯಕೇನು ಬರವೇ?........................

ಒಲವಿನ ನವಿಲಿಗೆ
ತೆಳುವಿನ ಗರಿಗೆ
ಬಣ್ಣಕೆನು ಬರವೇ?..........

ನೀಲಿಯ ಆಕಾಶಕೆ
ಮಿಂಚಿನ ಕಾಂತಿಗೆ
ಚುಕ್ಕಿಗಳೇನು ಬರವೇ?..........

ಕೆಂಪಾದ ಸೂರ್ಯನಿಗೆ
ತಂಪಾದ ಚಂದ್ರನಿಗೆ
ಬೆಳಕಿಗೇನು ಬರವೇ? ....

ಗುಡುಗುವ ಮೋಡಕೆ
ಕಾಮನಬಿಲ್ಲು ಮೂಡಿದೊಡೆ
ಸುರಿವ ಮಳೆಗೇನು ಬರವೇ? ....

44. ಚೆಲುವಿನ ಸಂಪಿಗೆ

ಪ್ರೀತಿ ಸುಮ್ಮನೆ ಮಾತು ನನ್ನನೆ
ಕೇಳಿದಂತಿದೆ ಈ ಹೃದಯ!
ಹಾಡು ಒಂಥರಾ ನಿನ್ನ ಕೂಗಿದೆ
ತುಂಟ ನಗುವ ಬೀರಿದೆ ಪ್ರಣಯ!
ನೀನು ಬಲ್ಲೆಯಾ ನನ್ನ ನಲ್ಲೆಯ
ಚೆಲುವ ಸಂಪಿಗೆ ಮುಡಿದ ಮಲ್ಲಿಗೆ!
ಯಾಕೋ ಸುಮ್ಮನೆ ಮನಸು ಹೇಳಿದೆ
ಬರುವೆ ಒಮ್ಮೆ ನೀ ಸನಿಹ!
ತುಂಟ ಕೆನ್ನೆಯು ಕೆಂಪಾಗಿದೆ
ಮುತ್ತು ನೀಡೆಯ ವಿರಹ!
ನಿನ್ನ ನೋಡುತ ವಯಸ್ಸು ಕೇಳಿದೆ
ಸುಡುತ ಮಿಡಿದಿದೆ ಕನಸು.
ಮಾತು ಬಾರದೆ ಮುಖವಾಗಿದೆ
ಒಮ್ಮೆ ಎಳೆಯ ನಿನ್ನ ಸೊಗಸು.
ಕಣ್ಣ ನೋಟಕೆ ನಾನು ಬೆದರಿದೆ
ಪ್ರೀತಿ ಮೋಹಕೆ ಹೃದಯ ಒದರಿದೆ.
ನೀನು ಬಲ್ಲೆಯಾ ನನ್ನ ನಲ್ಲೆಯ
ಚೆಲುವೆ ಸಂಪಿಗೆ ಮುಡಿದ ಮಲ್ಲಿಗೆ!?
ಒಲಿದ ಹೂವಿಗೆ ಮನವು ತುಡಿದಿದೆ
ನಾಚಿ ಮೆಲ್ಲಗೆ ಚೆಲುವ ಬಯಸಿದೆ.
ಬಣ್ಣದ ಸೊಬಗಲಿ ಹೃದಯ ಬಡಿದಿದೆ
ಗಲಿಬಿಲಿ ನೋಡಿ ಮನಸ್ಸು ಕರಗಿದೆ!

ನೀನು ಬಲ್ಲೆಯಾ ನನ್ನ ನಲ್ಲೆಯ
ಚೆಲುವ ಸಂಪಿಗೆ ಮುಡಿದ ಮಲ್ಲಿಗೆ!?

45. ಬೆಂಗಾಡು ಹೃದಯ

ಬೆಂಗಾಡು ಹೃದಯಕ್ಕೆ ಬಂಗಾರವ ತಂದೆ.
ಸದ್ದಿಲ್ಲದೇ ಮನಸ್ಸಲ್ಲಿ ಹೊಸ ಕನಸಾಗಿ ನಿಂದೆ.
ಹೆಜ್ಜೆಯ ಸದ್ದಿಗೆ ಗೆಜ್ಜೆಯು ಕುಣಿದಿದೆ.
ನೋಟವು ಯಾಕೋ ಮೈಮನ ಸೆಳೆದಿದೆ.
ಕುಣಿಯುವ ಆಸೆ ನನ್ನನು ಕರೆದಿದೆ.
ನಾಟ್ಯಾಕೆ ಏನೋ ಬೆರಗು ಬಂದಿದೆ.
ತಂಗಾಳಿಯಲ್ಲಿ ತೇಲಿ ನನ್ನನ್ನು ಸೋಕಿದೆ.
ನಿನ್ನ ಮೆಲೆ ನನಗೆ ಪ್ರೀತಿಯು ಆಗಿದೆ.
ಸನಿಹಕ್ಕೆ ನೀ ಬಂದೆ ಹಿತವನ್ನು ಕರೆತಂದೆ.
ಬೇಸಿಗೆಯಲ್ಲೂ ಕೂಡ ಚಳಿಯೊಂದು ಬಳಿ ಬಂದು!
ತಾಕಿರಲು ನೀನು ಸೋತೋದೆ ನಾನು.
ಪ್ರೀತಿಯ ಜೇನು ಸವಿದಂತೆ ಇನ್ನು!
ಹೊಸ ಬಾಳು ಹರುಷಕ್ಕೆ ಬಂತು
ಮುತ್ತಿನ ವಜ್ರವು ಸಡಗರವ ತಂತು!

46. ನಲುಮೆಯ ಗೆಳತಿ

ನಲುಮೆಯ ಗೆಳತಿ,
ಹೃದಯಕ್ಕೆ ಒಡತಿ.
ಮಾತಲ್ಲಿ ಗೆದ್ದ,
ಮನಸ್ಸನ್ನು ಕದ್ದ.
ಸೋಲಿನಿಂದ ಎದ್ದ,
ಹದಿಹರೆಯದ ಯುವತಿ.
ಓಹೋ ನನ್ನ ಗೆಳತಿ!.......................
ಚಿಂತೆಯಲ್ಲಿ ನೀನಿಲ್ಲ,
ಗೆಲ್ಲುವೇ ನೀನದೆಲ್ಲ.
ಬಹುಮಾನ ಬಯಸಿಲ್ಲ,
ಜೀವನವು ಸೊಗಸೆಲ್ಲ.
ಓಹೋ ನನ್ನ ಗೆಳತಿ?.......................
ಆಸೆಗಳು ನೂರು,
ಸೋರುತಿಹ ಸೂರು.

ಮಳೆ ಬಂದ ನೀರು,
ಕನಸುಗಳು ಚೂರು.
ಜೋತಾಡ ಜೋಪಡಿಗೆ,
ದೇವರ ಆ ಗುಡಿಗೆ.
ಕೈ ಮುಗಿದು ಬೇಡು,
ದೇವರೇ ಖುಷಿಯನ್ನು ನೀಡು.

ಓಹೋ ನನ್ನ ಗೆಳತಿ?......................

ಏನಿದು ಜೀವನ,
ಬಡತನವೇ ಅವಮಾನ!
ಸೋತಿದೆ ನಯನ
ಸೆಳೆಯಲು ಗಮನ!
ಧೃತಿಗೆಡೆದೆ ಬಾಳಲ್ಲಿ
ಬೇಯುತಿರುವೆ ನೋವಲ್ಲಿ!

ಹೋರಾಡಿ ಬದುಕುವೆಯ
ಬಡತನವ ಗೆಲ್ಲುವೆಯ!
ನಿಟ್ಟುಸಿರು ಬಿಟ್ಟು
ಕಷ್ಟಗಳ ಸುಟ್ಟು.
ಉಸಿರನ್ನು ಪಣಕಿಟ್ಟು
ಗೆಲ್ಲು ಜೀವನದ ಗುಟ್ಟು!
ಓಹೋ ನನ್ನ ಗೆಳತಿ?......................

47. ಸಣ್ಣ ಕವನಗಳು-10

ಗುಲಾಬಿ

ಬದುಕೆಂಬ ಬರಿ ದಾರಿಯಲ್ಲಿ
ಅರಳಿತು ಗುಲಾಬಿ.
ಮುಳ್ಳೊಂದು ದಾರಿಯಲ್ಲಿ
ಬದುಕನ್ನು ಕಟ್ಟಿತು ಸವಿಯಾಗಿ.

ಹೃದಯ

ಬರೆಯುವೆ ನಾನು ಮರೆಯದ ಕವಿತೆ.
ಕೊಡುವೆಯ ನೀನು ಹೃದಯವ ವನಿತೆ.
ತೋರುವೆಯೇನು ನಿನ್ನಯ ಖುಷಿಯ.
ಹೇಳುವೆ ನಾನು ಪ್ರೀತಿಯ ಕಥೆಯ.
ನೀ ನೋಡಲು ನನ್ನ ಮಿಂಚಿತು ಹೃದಯ.
ನಾ ಕೇಳಲೇ ನಿನ್ನ ಪ್ರೀತಿಯ ಸಹಿಯ?
ಇಂತಿ ನಿನ್ನ ಪ್ರೀತಿಯ ಹೃದಯ! ....

48. ಬದುಕುವ ಆಸೆ

ಬದುಕುವ ಆಸೆ ಮನದಿ ಮೂಡಿದೆ.
ನಿನ್ನನು ನೋಡುವ ಆಸೆ ಆಗಿದೆ.
ನಿನ್ನನು ಕಂಡು ಅರಳಿತು ಮನಸ್ಸು.
ಮೂಡಿತು ನನಗೆ ಪ್ರೀತಿಯ ಕನಸ್ಸು.
ನೀನು ಬಂದು ಸೆರೆಲು ಬಳಿಗೆ.
ನನ್ನನೆ ನಾನು ಕೊಡುವೆ ನಿನಗೆ.
ಪ್ರೀತಿಯ ಬದುಕು ಕಟ್ಟು ನೀನು.
ಜೊತೆಯಾಗಿ ನಿಲ್ಲುವೆ ನಾನು.
ಜೀವನ ಪಯಣದಿ ಸಾಗುವ ದೂರ,
ಕಷ್ಟಗಳ ಸವೆಸಿ ಹೋರಾಡೋಣ ಹೊತ್ತು ಬಾರ.
ನನ್ನ ಸಂಗಡ ಇರಲು ನೀನು,
ಆನೆಯ ಶಕ್ತಿ ಬಂದಂತೆ ಇನ್ನು.
ನನ್ನಯ ಪ್ರೀತಿಗೆ ನೀನೆ ರಾಣಿ.
ನಿನ್ನಯ ಒಲವಿಗೆ ನಾನೇ ರಾಜ!
ಸಾಗುವ ನಾವು ದೂರ.
ಹೊತ್ತು ನೋವಿನ ಬಾರ.
ನಿನ್ನಯ ಪ್ರೀತಿಗೆ ನಾ ಸರದಾರ!!

49. ಹರೆಯದ ಹೃದಯ

ಹರೆಯದ ಹೃದಯಕೆ,
       ಗಾಯವು ಆಗಿದೆ.
ಮರೆಯದ ಮನಸ್ಸು,
       ಮಾಯವು ಆಗಿದೆ.
ನಿನ್ನಯ ಕನಸಲಿ,
       ಮನಸ್ಸು ಮುಳುಗಿದೆ.
ಪ್ರೀತಿಯ ನೆಪದಲ್ಲಿ,
       ನೀ ಬಳಿ ಬಂದೆ.
ನನ್ನಯ ಜೀವನ,
       ಹೀರಿದು ಕೊಂದೆ.
ಪ್ರೀತಿಯ ನೋವು,
       ತಾಕೀತು ಮನಕೆ.
ಹೃದಯಕೆ ಗಾಯವು,
       ಆಯಿತು ಕೊನೆಗೆ.
ಅರಿಯದ ಮನಸ್ಸಿಗೆ,
       ಏನೋ ಚಿಂತೆ.
ಸಾವನ್ನು ಕೂಡ,
       ಗೆದ್ದು ಬಂದಂತೆ!
ನಿನ್ನನು ಕಂಡು,
       ಸೋಲೇನು ನಾನು.
ಸೋತರು ಕೂಡ,
       ಗೆಲ್ಲುವೆ ನಾನು.

ಮನದ ಯಾತನೆ,
ಮುಗಿಯಿತು ಕೊನೆಗೆ.
ಈ ಸಾಲುಗಳನ್ನು ನಾ,
ಬರೆದೇನು ನಿನಗೆ..........

50. ಶಿಕ್ಷಣ

ಗುರುವಿಲ್ಲದ ಮನಸ್ಸು.
ಗುರಿಯಿಲ್ಲದ ಜೀವನ.
ಶಿಕ್ಷಣವಿಲ್ಲದ ಬದುಕು.
ಸೂರಿಲ್ಲದ ಶಾಲೆ.
ಒಲವಿಲ್ಲದ ಪ್ರೀತಿ.
ನಡತೆಯಿಲ್ಲದ ನುಡಿಯು.
ಪದಗಳಿಲ್ಲದ ಹಾಳೆ.
ಶಾಯಿ ಇಲ್ಲದ ಲೇಖನಿ.
ಕುರಡಾದ ಒಳ ಕಣ್ಣು.
ವಿದ್ಯೆ ಇಲ್ಲದ ತಲೆಯು.
ಪಸಲು ಇಲ್ಲದ ಬೆಳೆಯು.
ಹಣವಿಲ್ಲದ ಮನುಷ್ಯ.
ಸಮಾಜದ ಒಳಿತಿಗೆ.
ಪ್ರೇರಣೆಯಾಗಬಲ್ಲನೇ......??????

51. ಚೆಲುವು

ಈ ನಿನ್ನ ಚೆಲುವು,
ಇಡಿಸಿತು ನನಗೆ ಒಲವು.
ಒಲವಿಂದ ನಾ ಬಂದೆ,
ಛಲದಲ್ಲಿ ನೀ ನಿಂದೆ.
ನಸುನಕ್ಕು ಬರುತಿರಲು,
ನನ್ನನ್ನು ನೀ ಕಂಡು.
ನೀ ದೂರ ನಿಂತೆ! ....
ನಿನ ನೋಟ ಬಲು ಸೊಗಸು,
ನಾ ಕಂಡೆ ಬರಿ ಕನಸು.
ನಿನ್ನಂದೆ ನಾ ಬರಲು
ಕಾರ್ಮೋಡ ಸರಿದು.
ಮಿಂಚೊನ್ದು ಬಳಿ ಬಂದು,
ಈ ಧರೆಗೆ ಮಳೆ ಹನಿಯು ಬಿದ್ದಂತೆ?
ಮರಗಿಡವು ಹಸಿರಾಗಿ,
ನೀ ನನ್ನ ಉಸಿರಾಗಿ.
ಬಳಿ ಬಂದು ನಿಂತೆ,
ನಿನ್ನನ್ನು ನಾ ಕಂಡು ಸೋತೆ!

52. ಮರೆಯಾದ ಬದುಕು

ಮರೆಯಾದ ಬದುಕು,
ಮರಳಿಗೂಡಿಗೆ ಬಂತು.
ಸೆರೆಯಾದ ಹೃದಯ,
ಒಲವನ್ನು ತಂತು.
ಕನಸಿಗೆ ಬಂದ,
ಕನ್ಯೆಯು ನೀನು.
ಕೊಂಬೆಯಲ್ಲಿ ಜೋತು ಬಿದ್ದ,
ಕೋಲು ಜೇನು.

ಗುಬ್ಬಚ್ಚಿ ಗೂಡಿಂದ,
ನೀ ಹಾರಿ ಬಂದೆ.
ಕಾಳನ್ನು ತಿಂದು,
ನೀರಲ್ಲಿ ಮಿಂದೆ.
ಹಾರುವ ಆಸೆ,
ಆಕಾಶಕ್ಕೆ ಏರಲು ಮನಸ್ಸೇ?
ರೆಕ್ಕೆಯ ಬಡಿದು,
ಭೂಮಿಯ ಬಿಟ್ಟ ಕನಸ್ಸೆ.
ಹಕ್ಕಿಯ ಜೀವನ,
ಸುಂದರ ಸೋಪಾನ.
ಮೂಡಿದ ಕನಸ್ಸಿಗೆ,
ಆತ್ಮವೇ ಹೂಬನ!........................

ಸೆರೆಯಾಗೋ ಪ್ರೀತಿಗೆ,

  ನಾನಾದೆ ಕಾರಣ.
ಒಲಿವಿನ ಪ್ರೀತಿಗೆ
  ನೀನಾದೆ ತೋರಣ!
ಮರೆಯಾದ ಬದುಕು,
  ಮರಳಿಗೂಡಿಗೆ ಬಂತು.
ಸೆರೆಯಾದ ಹೃದಯ,
  ಒಲವನ್ನು ತಂತು!

53. ಬದುಕೆಲ್ಲ ಬರಡಾಗಿ

ಬದುಕೆಲ್ಲ ಬರಡಾಗಿ,
ಬಾಳೊಂದು ಹೊಳೆಯಾಗಿ.
ಝರಿಯಂತೆ ಹರಿಯುತಿರಲು,
ನೀ ಬಂದೆ ಒಲವಾಗಿ.
ನನ ಜೀವ ಸೆಲೆಯಾಗಿ,
ನೀ ಮೂಡಿದ ಮಲ್ಲಿಗೆಯ
ಘಮವು ನನ್ನನು ತಾಕಿರಲು!
ಮನಸ್ಸಲ್ಲಿ ಮಂದಹಾಸವು ಮೂಡಿರಲು.
ಬದುಕುವ ಆಸೆಯೂ,
ನನ್ನಲ್ಲಿ ಚಿಗೋರೊಡೆದು.
ನಾ ಕಂಡ ಕನಸಿಗೆ,
ಸ್ಫೂರ್ತಿಯು ನೀನಾದೆ.
ನೀನಿಲ್ಲದ ಈ ಬದುಕು,
ಭೋರ್ಗರೆವ ಅಲೆಯಂತೆ!
ಈ ನನ್ನ ಜೀವಕೆ ಸಂಜೀವಿನಿ ನಿನಂತೆ.
ಬದುಕೆಲ್ಲ ಬರಡಾಗಿ,
ಬಾಳೊಂದು ಹೊಳೆಯಾಗಿ
ಝರಿಯಂತೆ ಹರಿಯುತಿರಲು,
ನೀ ಬಂದೆ ಒಲವಾಗಿ
ನನ ಜೀವ ಸೆಲೆಯಾಗಿ.

54. ಕೆರೆಯೊಂದು ನೆರೆ

ಈ ಬದುಕು ನಿನಗಾಗಿ,
            ಕೆರೆಯೊಂದು ನೆರೆಯಾಗಿ.
ಬಾಳೆಲ್ಲಾ ಬರಡಾಗಿ,
            ಸೂರಿಲ್ಲದ ಮನೆಯಾಗಿ.
ತೇರಿಲ್ಲದ ಊರಾಗಿ,
            ನೀರೊಂದು ಭೂಮಿಯಲಿ,
ಹರಿಯುತಿರಲು ಜೀವವೇ
            ಹೋದಂತೆ ಕ್ಷಣವೊಂದು ಎದುರಾಗಿ!
ದೇವರು ಕಲಿಸಿದ ಪಾಠ,
            ಅರಿಯುವ ಮುಂಚೆ ಜೀವನದಿ ಆಟ.
ಈ ಬದುಕು ನೀನಗಾಗಿ,
            ಕೆರೆಯೊಂದು ನೆರೆಯಾಗಿ
ನೀ ಸೇರು ಜೊತೆಯಾಗಿ.

55. ಭಾವದ ಒಳಗೆ

ಭಾವದ ಒಳಗೆ
ನೋವಿನ ಘಳಿಗೆ!
ಬೆರೆತರು ಕೂಡ
ಮರೆಯದು ನೋಡ!
ಪ್ರೀತಿಯ ಒಲವು
ಸುಂದರ ಮನವು!
ಚೆಲುವಿನ ಕಡೆಗೆ
ತಿರುಗಿದೆ ನೋಡ!

ನಾನೆಂಬ ಭ್ರಮೆಗೆ
ನೀ ಸಾಕ್ಷಿಯಾದೆ!
ಅರಳಿದ ಹೂವಿಗೆ
ನೀ ದುಂಬಿಯಾದೆ!
ಹೀರಿತು ಮಕರಂದ
ಕಟ್ಟಿತು ಗೂಡೊಂದು!
ನಾಲಿಗೆ ಸಿಹಿಯಾತು
ದೇಹಕೆ ಹಿತವಾಯಿತು!
ಭಾವದ ಒಳಗೆ
ನೋವಿನ ಘಳಿಗೆ!
ಬೆರೆತರು ಕೂಡ
ಮರೆಯದು ನೋಡ!
ಮನಸಿನ ಮಳಿಗೆ
ಆಸೆಯ ಸುಳಿಗೆ!

ನಿನ್ನಾಸೆ ಹೂವಾಗಿ
          ಕಾಯೆಲ್ಲ ಹಣ್ಣಾಗಿ!
ಕಾಯುತ ನಿನ್ನ
          ನಗುತಿದೆ ನೋಡ!
ಮುದುಡಿದ ಹೂವು
          ಕದಡಿದ ನೀರು!
ಘಮವನ್ನು ಎಂದು
          ಬೀರದು ನೋಡ!

56.ಮುಸುಕಾದ ಮನ

ಮುಸುಕಾದ ಈ ಮನಕೆ,
ನೀ ಬಂದೆ ಒಲವಾಗಿ.
ದೇವರು ಕೊಟ್ಟ ವರವಾಗಿ,
ಪ್ರೀತಿಯ ಈ ಬನಕೆ.
ಚೆಲುವೊಂದುಕೆರೆಯಾಗಿ,
ಕೆರೆ ತುಂಬಿ ಹರಿದಾಗ
ನೀರೆಲ್ಲ ಕೆಸರಾಗಿ
ಮನಸ್ಸೆಲ್ಲ ಕೆಂಪಾಗಿ.
ಬಾಳೆಲ್ಲ ಖುಷಿಯಾಗಿ,
ನಡೆಯಲಿ ಜೀವ ಹಾಯಾಗಿ.

57. ಓ ನನ್ನ ಚಿನ್ನ

ನಾ ಕರೆದರೆ ನಿನ್ನ ತಿರುಗಿ,
ನೋಡಲಿಲ್ಲವಲ್ಲೋ ನನ್ನ.
ನಾ ಮರೆತು ಬಿಡುವ ಮುನ್ನ,
ತಿರುಗಿ ನೋಡಿ ನಕ್ಕು ಬಿಡು.
ಓ ನನ್ನ ಚಿನ್ನ?
ನನ್ನ ಹೃದಯದಿ ಪುಟ್ಟ ಮನೆಯ ಮಾಡಿದೆ.
ಆ ಪುಟ್ಟ ಮನೆಯಲ್ಲಿ,
ನೀನಗಾಗಿ ನಾನು ಕಾದು ಕುತ್ತಿದ್ದೆ..
ನೀ ಬರದಿದ್ದರೇನಂತೆ ಇನ್ನ?
ನಾ ಮರೆಯುವ ಮುನ್ನ ಒಮ್ಮೆ,
ನೋಡಿ ನಕ್ಕು ಬಿಡು ಓ ನನ್ನ ಚಿನ್ನ.
ನನ್ನ ಮರೆಯದ ಮನಕೆ ಘಾಯವು ಹಾಗಿದೆ.
ಆ ಗಾಯಕೆ ನಾನೇ ಔಷಧಿ ಹಾಕಿದೆ.
ನೀ ಬರೆದಿದ್ದರೇನಂತೆ ಇನ್ನ?
ನಾ ಮರೆಯುವ ಮುನ್ನ
ಒಮ್ಮೆ ನೋಡಿ ನಕ್ಕು ಬಿಡು ಓ ನನ್ನ ಚಿನ್ನ.

58. ಕನಸುಗಳು ಚೂರು

ಆಸೆಗಳು ನೂರು,
ಕನಸುಗಳು ಚೂರು.
ನಮ್ಮೂರ ತೇರು,
ಎಳೆಯೋರು ಯಾರು?................
ಜಾತ್ರೆಯ ಸಂಜೆ,
ನೋಡುತ ಮುಸ್ಸಂಜೆ.
ಕನಸೊಂದು ಬಳಿ ಬಂತು,
ಸಡಗರವ ನನ್ನಲಿ ತಂತು.
ಮಿಂಚಂತೆ ನೀ ಬಂದೆ,
ಒಲವನ್ನು ತಂದೆ.
ಪಟ್ಟದ ದೇವರು ಜಾತ್ರೆಯಲ್ಲಿ
ಪೂಜೆಯು ಜೋರು!
ಹಣ್ಣು ಕಾಯಿ ಕೊಟ್ಟು
ಮಂಗಳಾರತಿಗೆ ದುಡ್ಡಿಟ್ಟು.
ದೇವರನು ಬೇಡಿದೆ
ಹರಕೆಯನ್ನು ಕಾಡಿದೆ!
ಓ ದೇವರೇ ವರವನ್ನುನೀಡು,
ಸುಖವಾಗಿರಲಿ ನಮ್ಮಿಬ್ಬರ ಜೋಡು.
ಆಸೆಗಳು ನೂರು,
ಕನಸುಗಳು ಚೂರು.
ನಮ್ಮೂರ ತೇರು,
ಎಳೆಯೋರು ಯಾರು?..............

59. ನೀನಾಗಿ

ನಿನ್ನಿಂದ ನೀನಾಗಿ,
ನನ್ನಿಂದ ದೂರಾಗಿ.
ಪ್ರೀತಿಯ ಮರೆತೋಗಿ
ಕಷ್ಟಗಳು ಎದುರಾಗಿ.
ಜೀವನವು ಬೇಜಾರಾಗಿ.
ಭಯವೊಂದು ಮನೆಯಾಗಿ.
ಮನಸ್ಸೊಂದು ಮುಳ್ಳಾಗಿ.
ಭಾವನೆಗಳು ಎದುರಾಗಿ.
ಕನಸುಗಳು ಚೂರಾಗಿ.
ಪ್ರೇಮವೂ ಕಣ್ಣೀರಾಗಿ.
ನೆನಪೊಂದು ಸವಿಯಾಗಿ.
ಜೀವನದಿ ಜೊತೆಯಾಗಿ.
ಬಾಳುವೆಯ ಸುಖವಾಗಿ.
ನೂರ್ಕಾಲ ಹಾಯಾಗಿ.
ನಿನ್ನಿಂದ ನೀನಾಗಿ.
ನನ್ನನು ಮರೆತೋಗಿ.
ಬಾಳುವೆಯ ಹಾಯಾಗಿ? ....

60. ಬರಿದಾದ ಮನಕೆ

ಬರಿದಾದ ಈ ಮನಕೆ.
ಭಾವನೆಗಳು ಬರಲು ಅರಳಿತು ಮನಸ್ಸು!
ಕೆರಳಿತು ಕನಸ್ಸು ಚಿಗುರಿತು ಚೆಲುವು.
ಕುಡಿ ಒಡೆಯಿತು ಒಲವು.
ಸಾಗಿತು ಬದುಕು ಪ್ರೀತಿಯ ಕಡೆಗೆ.
ನನ್ನಯ ಪಯಣ ಪ್ರೀತಿಯ ಎಡೆಗೆ.
ಚೆಲುವಲ್ಲಿ ಕಂಡೆ ಮನದ ಬಯಕೆ.
ತೀರಿತು ಇಂದು ಪ್ರೀತಿಯ ಅರಕೆ.
ಸಾವಲು ಕೂಡ ಬದುಕುವ ಆಸೆ.
ನೋವಿನ ಜೀವನ ಜಯಿಸಿತು ಮನಸ್ಸೇ!

61. ಹೃದಯದ ಮಾತು

ಹೃದಯದ ಮಾತನು ಕವಿತೆಯ ಮಾಡುವೆ.
ನಿನ್ನಯ ಒಲವಲಿ ನಾನೆ ತೇಲುವೆ.
ಕಣ್ಣಿನ ನೋಟಕೆ ಮನದಲ್ಲಿ ಸೋಲುವೆ.
ನಿನ್ನಯ ನೆಪದಲ್ಲಿ ಗೂಡನು ಕಟ್ಟುವೆ.
ನನ್ನಯ ಮನದಲ್ಲಿ ಜಾಗವ ನೀಡುವೆ.
ಸ್ಪರ್ಶಿಸು ನೀನು ಸೋಲುವೆ ನಾನು.
ಮನಸ್ಸನ್ನು ಕದ್ದ ಚೆಲುವೆಯೇ ನೀನು.

62. ನೋಡುವಾಸೆ

ಮಾತು ಬಾರದಾಗಿದೆ,
        ಮೌನವೇ ಮಾತಾಗಿದೆ.
ನಿನ್ನ ನೋಡುವಾಸೆಯಾಗಿದೆ,
        ಕಣ್ಣೆರಡು ಕುರುಡಾಗಿದೆ.
ಹೃದಯ ಬರಿದಾಗಿದೆ,
        ಎದೆಯ ಬಡಿತ ನಿಂತೋಗಿದೆ.
ಪ್ರೀತಿ ಮಾಡುವಾಸೆಯಾಗಿದೆ,
        ಪ್ರೀತಿಯ ಮೊರೆತ ನಿಂತೋಗಿದೆ.
ಕನಸು ಕಾಣುವಾಸೆಯಾಗಿದೆ,
        ಕನಸು ನನಸಾಗದೇ ಹೋಗಿದೆ.
ನಿನ್ನ ಸೆಳೆತಕೆ ಸಿಕ್ಕ ನನ್ನ,
        ಜೀವನವೇ ಚೂರಾಗಿದೆ.

63. ಕವಿತೆ

ಮನಸ್ಸಿನಾಳದಿ ನಲುಮೆಯ ಕವಿತೆ.
ಪ್ರೀತಿಯ ನೆಪದಲ್ಲಿ ಚಿಗುರೊಡೆದ ಕವಿತೆ.
ನಲುಮೆಯ ಜೀವಕೆ ನೀರೆರದ ಕವಿತೆ.
ಆಕಾಶದ ಎತ್ತರಕ್ಕೆ ಏರುವ ಕವಿತೆ.
ನೋವಲು ಧೈರ್ಯವ ಹೇಳಿದ ಕವಿತೆ.
ಮನಸ್ಸಲ್ಲಿ ಮೂಡಿದ ಮುಂಗಾರಿನ ಕವಿತೆ.
ಪ್ರೇಮದ ಬಣ್ಣದ ಒಲವಿನ ಕವಿತೆ.
ಪ್ರೀತಿಸುವ ಹೃದಯಕೆ ತಂಪೆರದ ಕವಿತೆ.
ಇದುವೇ ನನ್ನಯ ಮನದಲಿ ಅರಳಿದ ಕವಿತೆ.

64. ಕುಂದಾದ್ರಿ ಬೆಟ್ಟ

ಮುಂಜಾನೆ ಬಲು ಚೆಂದ,.
ನೋಡಲು ಸೂರ್ಯನ ಅಂದ.
ಮಂಜು ತುಂಬಿದ ಬೆಟ್ಟ,
ನೋಡಲು ಚೆಂದ ನೋಡ.
ಬೆಟ್ಟದ ಮೇಲಿಂದ,
ನೋಡುಬಾರ ಸೂರ್ಯಾನಂದ.
ಕುಂದಾದ್ರಿ ಸ್ವರ್ಗ ನೋಡ,
ನೋವನ್ನು ಮರೆತು ಹಾಡ.
ಬೆಟ್ಟಗಳ ಸಾಲು ಸಾಲು,
ನೋಡು ಮರೆತು ಎಳು ಬೀಳು.
ಕೆಂಪಾದ ಸೂರ್ಯ ಬಂದ,
ನಾಡಿಗೆ ಬೆಳಕು ತಂದ.
ಸೂರ್ಯನ ಕಿರಣ ಬರಲು,
ನೀಲಿಯಾತು ಮೊಡವೆಲ್ಲ.
ಮಂಜು ಕವಿದ ಬೆಟ್ಟ,
ನಿಮಿಷಯದಲ್ಲಿ ಹಸಿರಯ್ತಲ್ಲ.
ಕುಂದಾದ್ರಿ ಬೆಟ್ಟ ನೋಡ,
ನೋವನ್ನು ಮರೆತು ಹಾಡ.

65. ಮಮತೆಯ ಮಡಿಲು

ಮಮತೆಯ ಮಡಿಲಲಿ,
ಮೌನಿಯು ನಾನಾದೆ.
ನಿನ್ನಯ ಪ್ರೀತಿಗೆ.
ಸೋತು ಶರಣಾದೆ.
ನಿನ್ನಯ ಮಾತು,
ಒಲವಿನ ಮುತ್ತು.
ಪ್ರೀತಿಯ ಮಳೆಯಲ್ಲಿ,
ನಾನು ನೆನೆದಂತಾಯಿತು.
ಹರಿಯುವ ನೀರು,
ಸೇರಿತು ನದಿಗೆ.
ನನ್ನಯ ಬದುಕು,
ಬಲೆಯಲ್ಲಿ ಬಿದ್ದ ಮೀನಿನ ಹಾಗೆ.
ಪ್ರೀತಿಯ ಮೀನು,
ಸೇರಿತು ಧಡವ.
ತೋರಿತು ಮೀನು ಮತ್ತೆ,
ನೀರಿಗೆ ಬೀಳುವ ಚಲವ.
ನೀರಿಗೆ ಬಿದ್ದ ಮೀನಿನ ಹಾಗೆ,
ನನ್ನಯ ಪ್ರೀತಿಯ ಸಲುಗೆ.
ಮಮತೆಯ ಮಡಿಲಲಿ,
ಮೌನಿಯು ನಾನಾದೆ.
ನಿನ್ನಯ ಪ್ರೀತಿಗೆ,
ಸೋತು ಶರಣಾದೆ...............

66. ರಂಗೋಲಿ

ಮುಂಜಾನೆ ನಾ ಬಂದೆ ರಂಗೋಲಿ ನೀ ತಂದೆ.
ರಂಗೋಲಿ ನೀ ಬಿಡಲು ರಂಗಾಯಿತು ಮನಸ್ಸೆಲ್ಲ.
ಮನಸ್ಸೆಂಬ ಮನೆಗೆ ಕಾಲಿಟ್ಟೆ ಹೃದಯಕ್ಕೆ.
ಹೃದಯದ ಗೂಡಿನ ಬಡಿತವೇ ನೀನಾದೆ.

ಪ್ರೀತಿಯಲಿ ನಾ ಮುಳುಗಿ ನಿನ್ನ ಗುಂಗಲ್ಲಿ ತೇಲೋಗಿ.
ನಿನ್ನಿಂದೆ ನಾ ಬರಲು ನೀ ಹೊರಟೆ ಹಾಯಾಗಿ.
ಮುಂಜಾನೆ ನಾ ಬಂದೆ ರಂಗೋಲಿ ನೀ ತಂದೆ.
ರಂಗೋಲಿ ನೀ ಬಿಡಲು ಚೂರಾಯ್ತು ಮನಸೆಲ್ಲ!

ರಂಗೋಲಿ ನೀ ಬಿಟ್ಟೆ ನೀ ನನಗೆ ಕೈ ಕೊಟ್ಟೆ
ಮತ್ತೊಬ್ಬನ ಸತಿಯಾದೆ ನನ್ನಿಂದ ದೂರದೇ.
ಮನಸ್ಸೆಲ್ಲ ಚೂರಾಯ್ತು ಹೃದಯವೇ ಕಲ್ಲಾಯಿತು!
ಕಲ್ಲನು ಕೈ ಹಿಡಿದ ಹುಡುಗಿಯು ಬಂದಾಗ.

ಬಾಳಲ್ಲಿ ಬಂದ ಹೊಸ ಪ್ರೀತಿಯ ಕಂಡಾಗ.
ರಂಗೋಲಿ ನೆನಪಾಯ್ತು ಕನಸ್ಸೆಲ್ಲ ನನಸ್ಸಾಯ್ತು!
ಮುಂಜಾನೆ ನೀ ಬಂದೆ ರಂಗೋಲಿ ನೀ ತಂದೆ
ರಂಗೋಲಿ ನೀ ಬಿಡಲು ರಂಗಾಯಿತು ಮನಸ್ಸೆಲ್ಲ!

67. ಡಿಂಪಲ್ ಕೆನ್ನೆ

ಡಿಂಪಲ್ ಕೆನ್ನೆಯ ಹುಡುಗಿ,
ಕಣ್ಣ ಸನ್ನೆಯ ಬೆಡಗಿ.
ನಿನ ನೋಟ ಬಲು ಚೆಂದ,
ಪದವಿಲ್ಲ ಬಣ್ಣಿಸಲು ನಿನ್ನ ಅಂದ.
ಆ ನಿನ್ನ ಮೈಮಾಟ ಬಳುಕುವ,
ಬಳ್ಳಿಯ ತೆನೆಯಾಟ.
ನಿನ ನಡುಗೆ ಸೊಗಸಂತೆ,
ಹೂವೊಂದು ನೆಲದಲ್ಲಿ ಬಿದ್ದಂತೆ.
ಆ ನಿನ್ನ ವೈಯಾರ ನೋಡುತ,
ನಿಂತ ರಾಜಕುಮಾರ.
ನಿನ್ನ ಮಾತು ಮುತ್ತಂತೆ,
ಜೇನಿನ ಸಿಹಿಯಂತೆ.
ಸೌಂದರ್ಯದ ಗಣಿ ನೀನು,
ಗುಣದಲ್ಲಿ ನೀರಿನಲ್ಲಿನ ಮೀನು.
ನಡತೆಯು ಪರಿಶುದ್ಧ,
ಚಲದಿಂದ ಮನಗೆದ್ದ.
ಡಿಂಪಲ್ ಕೆನ್ನೆಯ ಹುಡುಗಿ,
ಕಣ್ಣ ಸನ್ನೆಯ ಬೆಡಗಿ.

68. ಒಂದು ಹುಡುಗಿಯ ಕಥೆ

ನಗುವಿನ ಮೊಗದ ಚೆಲುವನೇ ನೀನು.
ಸುಂದರ ಹುಡುಗಿಯ ನೋಡಲೇ ನಾನು.
ಅವನು ನಕ್ಕನು ಹುಡುಗಿಯ ನೋಡಿ.
ಹುಡುಗಿ ಆದಳು ಇವನಿಗೆ ಜೋಡಿ.
ಅವನಿಗಾಗಿ ಮುಡಿದಳು ಮಲ್ಲಿಗೆ ಹೂವು.
ಅವನು ಕೊಟ್ಟನು ಆಕೆಯ ಜೀವನದಿ ನೋವು.
ಕಣ್ಣಲಿ ಹೊಳಪು ಹಾಲಿನ ಬಿಳುಪು.
ಸೋತನು ಅವನು ನೋಡಿ ಚೆಲುವಿನ ಬಿಳುಪು.
ಮನದಲಿ ಮಿಡಿತ ಹೃದಯದಿ ತುಡಿತ.
ಅವನ ಮೋಸಕೆ ನೋವಿನ ಪ್ರೀತಿ ಖಚಿತ.
ಅವನ ನೋಟ ಆಕೆಗೆ ಕಲಿಸಿತು ಪಾಠ.
ಜೀವನದಲ್ಲಿ ತಿಳಿದಳು ನಿಜವಾ.
ಅವನು ಮಾಡಿದ ಮೋಸದ ಒಲವ.
ಹುಡುಗಿ ಎತ್ತಳು ಒಂದೂ ಮಗುವ.
ಬೀದಿಯಲ್ಲಿ ಬಿಟ್ಟಳು ತಬ್ಬಲಿ ಮಾಡಿ ಮಗುವ.
ನೋವಿನ ತೇರು ಬಿಟ್ಟಳು ಊರು.
ದೂರದ ಊರಲಿ ಸಿಕ್ಕಿತು ಸೂರು.
ಆ ಸೂರಲಿ ಕಂಡಳು ನೋವಿನ ಬದುಕು.
ದೇವರು ಕೊಟ್ಟನು ನೆಮ್ಮದಿ ಬದುಕು.
ಜೀವನವೆಂಬುದು ಅರಿಯದ ಮಾಯೆ!
ಬದುಕಲು ಕಲಿತಳು ಮರೆತು ನೋವಿನ ಛಾಯೆ!

ಹೇಳಿದೆ ನಾನು ಹುಡಿಗಿಯ ಕಥೆಯ.
ನೊಂದು ಬೆಂದ ಜೀವನದ ವ್ಯಥೆಯ.

69. ಕೊರೊನ ವೈರಸ್

ದೇಶ ದೇಶಗಳ ನಡುವೆ
ಮುಸುಕಿನ ಗುದ್ದಾಟ.
ಹಣದ ಇಂದೇ ಬಿದ್ದ
ಮದಗಜಗಳ ಜಗ್ಗಾಟ.
ನಾ ಮುಂದೆ ತಾ ಮುಂದೆ
ಎಂದು ಮಾಡುವ ಸಂಚು.

ಜನಿಸಿತು ಒಂದು ಕಿಲ್ಲರ್ ವೈರಸ್.
ಅದರ ಹೆಸರೇ ಕೊರೊನ ವೈರಸ್.
ವೈರಸ್ ಹಬ್ಬಿತು ಜಗತ್ತಿನ ಎಲ್ಲೆಡೆ.
ಉಸಿರನ್ನೇ ನಿಲ್ಲಿಸುವ ಸಂಚು ಒಂದೆಡೆ.

ವೈರಸ್ ಇಂದ ಸತ್ತರು ಜನರು
ಸತ್ತವರ ಹಣೆಬರಹ ಯಾರು ಬಲ್ಲರು
ಕರೋನವೆಂಬ ಮಾರಿಯ
ಬಲೆಗೆ ಪ್ರಪಂಚವೇ ತತ್ತರ.
ಭಾರತ ಕೊಟ್ಟಿತು ಈ ವೈರಸ್‌ಗೆ
ದೀಪ ಬೆಳಕಿನ ಉತ್ತರ.

ಕರೋನವೆಂಬ ವೈರಸ್
ಮಾರಿಗೆ ಸಾವೇ ಇಲ್ಲ.
ವಿಜ್ಞಾನಿಗಳು ಹುಡುಕುತ
ಕುಳಿತರು ಔಷಧವನ್ನೆಲ್ಲ.

120

ಸಿಗುವುದೇ ಔಷಧಿ ಹೋರಾಡಲು
ಕೊರೋನ ವಿರುದ್ಧ?
ಕಂಡುಹಿಡಿದ ವಿಜ್ಞಾನಿಗೆ
ಬಹುಮಾನವೂ ಸಿದ್ಧ!

ವೈರಸ್ ಎಂಬ ಕಾಣದ ಜೀವಿಯು
ಜಗತ್ತಿನೆಲ್ಲೆಡೆ ಮಾಡಿತು ಮೋಡಿಯೂ!
ಕೊರೋನ ವೈರಸ್ ಹುಟ್ಟಿದ ಊರು
ಸಾವಿರ ವೈರಸ್‌ಗಳ ತವರು.

ದೇಶ ದೇಶಗಳ ನಡುವೆ
ಆರ್ಥಿಕ ಸಮರ!
ಮನುಷ್ಯನ ಜೀವನವೇ
ಒಂದು ಕಳೆಬರಹ?

70. ಸೆರೆಯಾದೆ ನಾನು

ಈ ಪಯಣದಿ ನೀ ಜೊತೆಯಾದೆ.
ನನ ಬಾಳಿಗೆ ನೀ ಸಖಿಯಾದೆ!
ನಿನ್ನಯ ಪ್ರೀತಿಗೆ ನಾ ಮೂಖನಾದೆ.
ಆ ನಿನ್ನ ಮಾತಿಗೆ ನಾ ಸೋತೋದೆ.

ಸಿಡಿಲಂತೆ ಬಂದ ಈ ಪ್ರೀತಿ.
ಮಿಂಚಂತೆ ಆಗಸದಿ ಬಂದೈತಿ!
ಮಳೆ ಹನಿಯು ಸುರಿದು
ಆ ಹನಿಯಲ್ಲಿ ತೋಯ್ದು.

ಭೂಮಿಗೆ ತಂಪು ನಿಡೈತಿ.
ನೀ ನನಗಾಗಿ ತಂದ ಈ ಪ್ರೀತಿ.
ಮಾತೆಲ್ಲ ಮುತ್ತಂತೆ.
ನೋಟವು ಕಾಮನಬಿಲ್ಲಂತೆ!
ಬಣ್ಣಗಳು ಆಕಾಶದಿ ಮೂಡಿ
ಆ ಮೋಡವೆ ತಿಳಿ ನೀಲಿ!

ಮಳೆ ಹನಿಯು ಬಿದ್ದಂಗೆ ಮನದಲ್ಲಿ.
ನಿನ್ನ ಗೆಜ್ಜೆಯ ಸದ್ದು ಬಾಳಲಿ.
ನಕ್ಷತ್ರದಂತೆ ಆ ನಿನ್ನ ನೋಟ.
ಸೆರೆಯಾದ ನಾನು ಆ ನಿನ್ನ ತುಂಟ ಕಣ್ಣಾಟದಿ!

www.ingramcontent.com/pod-product-compliance
Lightning Source LLC
La Vergne TN
LVHW040116210825
819220LV00036B/878
* 9 7 8 9 3 5 6 6 7 0 8 4 6 *